ഗ്രീൻ ബുക്സ്

രാമജന്മഭൂമിയും ബാബറി മസ്ജിദും

വി.എൻ. അശോകൻ

തൃശ്ശൂർ ജില്ലയിലെ അരിമ്പൂരിൽ ജനനം.
മലയാള സാഹിത്യത്തിൽ ബിരുദാനന്തര ബിരുദം.
പത്രപ്രവർത്തനത്തിൽ ബിരുദാനന്തര ഡിപ്ലോമ.
ലൈബ്രറി ആന്റ് ഇൻഫർമേഷൻ സയൻസിൽ ബിരുദം.
വിവിധ സർക്കാർ സ്ഥാപനങ്ങളിൽ ജോലി ചെയ്തു.
കേരള സാഹിത്യ അക്കാദമിയിൽ നിന്ന്
സബ് എഡിറ്ററായി വിരമിച്ചു.
നാടകചലച്ചിത്ര മേഖലയിൽ പ്രവർത്തിച്ചു.
നെയ്ത്തുകാരൻ എന്ന സിനിമയുടെ
പ്രൊഡക്ഷൻ ഡിസൈനറായിരുന്നു.

പഠനം
രാമജന്മഭൂമിയും ബാബറി മസ്ജിദും

വി.എൻ. അശോകൻ

ഗ്രീൻ ബുക്സ്

green books private limited
gb building, civil lane road, ayyanthole,
thrissur- 680 003, kerala, ph: +91 487-2381066, 2381039
website: www.greenbooksindia.com
e-mail: info@greenbooksindia.com

malayalam
ramajanmabhoomiyum babari masjidum
study
by
v.n. asokan

first published february 2020
copyright reserved

cover design : mansoor cheruppa

branches:
thrissur 0487-2422515
thiruvananthapuram 0471-2335301
calicut 0495 4854662
ernakulam 8589095302

isbn : 978-93-89671-47-6

no part of this publication may be reproduced,
or transmitted in any form or by any means,
without prior written permission of the publisher.

GBPL/1139/2020

മുഖക്കുറി

ബാബറി മസ്ജിദിന്റെ തകർച്ചയ്ക്ക് മുൻപും പിൻപു മുള്ള ചരിത്രപരമായ വസ്തുതകൾ ചികഞ്ഞുനോക്കുന്ന ഈ പുസ്തകം ഇതുവരെ സംഭവിച്ചതും ഇനി നാളെ സംഭവിക്കാനിരിക്കുന്നതുമായ ഇന്ത്യനവസ്ഥയുടെ നാൾവഴികൾ സൂചിപ്പിക്കുന്നു. വിധിന്യായങ്ങൾ, വില യിരുത്തലുകൾ, നിരീക്ഷണങ്ങൾ. മറവികൾക്കെതിരെ യുള്ള മുന്നറിയിപ്പുകൾ നൽകുന്ന പുസ്തകം.

കൃഷ്ണദാസ്
മാനേജിങ് എഡിറ്റർ

ഉള്ളടക്കം

സുപ്രീംകോടതിയിൽ സംഭവിച്ചത് 09
പ്രതികരണങ്ങൾ 15
സരയൂതീരത്തെ അയോധ്യയിൽ 37
തർക്കം 39
ധ്വംസനത്തിന്റെ അനന്തരഫലം 44
ചരിത്രം 47
കോടതിവിധി
പുനഃപരിശോധനാവശ്യം 58
നാൾവഴികൾ 60
വിധിക്കുശേഷം 64
സമകാല ഇന്ത്യ 74

സുപ്രീം കോടതിയിൽ സംഭവിച്ചത്

ഇന്ത്യയുടെ മതേതര സങ്കല്പത്തിനും മതസൗഹാർദ്ദ ആഗ്രഹത്തിനും വിഭിന്ന മതസ്ഥരുടെ സ്നേഹബന്ധത്തിനും വിള്ളൽ വീഴ്ത്തിയ ഒരു ബൃഹത്പ്രശ്നമായിരുന്നു രാമജന്മഭൂമി - ബാബറി മസ്ജിദ് വിഷയം. അതിന്റെ ഒരു തീർപ്പ് എന്ന വിശ്വാസത്തിലധിഷ്ഠിതമായിരുന്നു ഇന്ത്യയുടെ പരമോന്നത നീതിപീഠത്തിന്റെ 2019 നവംബർ 9-ലെ വിധി. ബാബറി മസ്ജിദ് തകർക്കപ്പെട്ട് ഇരുപത്തിയേഴ് വർഷം തികയുന്നതിന് ഒരു മാസം മുമ്പുവന്ന അഞ്ചംഗ ഭരണഘടനാബെഞ്ചിന്റെ തീർപ്പിൽ സമ്മിശ്ര പ്രതികരണങ്ങളാണുണ്ടായതെങ്കിലും ഭൂരിപക്ഷത്തിനും ആശ്വാസമായെന്ന വിലയിരുത്തലാണുള്ളത്. മതേതര ചിന്ത മുറുകെ പിടിക്കുന്ന ന്യൂനപക്ഷ ജനതയും മതവിശ്വാസത്തിലധിഷ്ഠിതമായി ചിന്തിക്കുന്ന ഭൂരിപക്ഷജനതയും വിഭിന്ന സംസ്കാരങ്ങളും വൈവിധ്യമാർന്ന വിശ്വാസങ്ങളും വ്യത്യസ്തഭാഷകളും സ്വതന്ത്രചിന്തയും സാമൂഹ്യബോധവും പ്രതിജ്ഞാബദ്ധതയും ഒരു പ്ലാറ്റ്ഫോമിൽ ഒന്നായിച്ചേരുന്ന ബഹുസ്വരതയുള്ള ഒരു ജനതയുടെ മനസ്സിലേക്കാണ് രാജ്യം ഉണർന്നിരുന്ന് കണ്ട ഈ വിധി ന്യായം സന്നിവേശിച്ചത്.

നാല്പത് ദിവസം നടന്ന വാദത്തിന്റെ ഫലമായി 1045 പേജുള്ള വിധി വന്നു. വിധിന്യായത്തിനും പ്രത്യേകതയുണ്ടായിരുന്നു. വിധിന്യായത്തിൽ അഞ്ചു ജസ്റ്റിസുമാരുടെ പേരുണ്ടെങ്കിലും അതെഴുതിയ ജസ്റ്റിസിന്റെ പേരു ണ്ടായിരുന്നില്ല എന്നത് വ്യത്യസ്തതയായിരുന്നു. ഇനിയുമുണ്ട് വ്യത്യസ്തത; വാദത്തിന്റെ സമയദൈർഘ്യം, മധ്യസ്ഥ ചർച്ചകൾ, വിധി പറയും

മുമ്പ് സ്ഥിതികൾ വിലയിരുത്തൽ, അവധി ദിവസത്തെ (രണ്ടാംശനിയാഴ്ച) വിധി പറയൽ ഇങ്ങനെ തുടക്കം മുതൽ തുടരുന്ന നാടകീയവും വ്യത്യസ്തവുമായിരുന്നു അയോധ്യ കേസ് (രാമജന്മഭൂമി - ബാബറി മസ്ജിദ്) വിധി.

വിധിയുടെ കാതൽ ഇതാണ്: നൂറ്റാണ്ടിലേറെ പഴക്കമുള്ള അയോധ്യ ഭൂമി തർക്കക്കേസിൽ ഹിന്ദുക്കൾ രാമജന്മഭൂമിയെന്ന് (രാമൻ ജനിച്ച സ്ഥലം) വിശ്വസിക്കുന്ന തർക്കഭൂമിയിൽ ക്ഷേത്രം നിർമ്മിക്കാം. സുന്നി വഖഫ് ബോർഡിന് പള്ളി പണിയാൻ നഗരത്തിൽതന്നെ പ്രധാന സ്ഥലത്ത് അഞ്ചേക്കർ ഭൂമി നല്കണം.

തർക്കഭൂമിയുടെ അവകാശവാദമുന്നയിച്ച് ഷിയ വഖഫ് ബോർഡ് നല്കിയ ഹർജി കോടതി തള്ളി. 1992-ൽ ബാബറി മസ്ജിദ് തകർത്തതും 1949-ൽ അവിടെ വിഗ്രഹങ്ങൾ കൊണ്ടുവെച്ചതും ഹീനമായ നിയമ ലംഘനമാണ്.

ചീഫ് ജസ്റ്റിസ് രഞ്ജൻ ഗൊഗോയ് അധ്യക്ഷനായ ഭരണഘടനാ ബഞ്ചിൽ ജസ്റ്റിസുമാരായ എസ്.എ. ബോബ്ഡേ, ഡി.വൈ.ചന്ദ്രചൂഡ്, അശോക് ഭൂഷൺ, എസ്.എ. നസീർ എന്നിവരാണ് ഏകകണ്ഠമായി തീർപ്പു കല്പിച്ചത്. ചീഫ് ജസ്റ്റിസ് വിരമിക്കുന്നത് നവംബർ 17നായിരുന്നു. അന്ന് ഞായറാഴ്ച. അതിനു ഏതാനും ദിവസം മുമ്പായിരുന്നു അയോധ്യാ വിധി. ഉത്തർപ്രദേശ് ചീഫ് സെക്രട്ടറിയേയും പൊലീസ് മേധാവിയേയും വെള്ളിയാഴ്ച (വിധിയുടെ തലേദിവസം) നേരിട്ടു വിളിച്ചു വരുത്തി ക്രമസമാധാന നില വിലയിരുത്തിയശേഷമാണ് അവധി ദിനമായ ശനിയാഴ്ച വിധി പ്രസ്താവിച്ചത്.

മൂന്നു മകുടങ്ങളുള്ള തർക്കമന്ദിരമുണ്ടായിരുന്ന സ്ഥലത്തുതന്നെയാണ് ഹിന്ദുവിശ്വാസപ്രകാരം രാമൻ ജനിച്ചതെന്ന നിഗമനം ഒരു ജസ്റ്റിസ് എഴുതി; 116 പേജുകളിൽ.

തർക്കമന്ദിരം നിലനിന്ന 2.77 ഏക്കർ സ്ഥലം നിർമ്മോഹി അഖാഡെയ്ക്കും സുന്നി വഖഫ് ബോർഡിനും രാം ലല്ലയ്ക്കും വീതിച്ചുനല്കിയ അലഹാബാദ് ഹൈക്കോടതി ഉത്തരവ് ഭരണഘടനാബെഞ്ച് റദ്ദാക്കി.

ക്ഷേത്ര നിർമ്മാണത്തിനായി കേന്ദ്ര സർക്കാർ മൂന്നു മാസത്തിനകം ട്രസ്റ്റ് രൂപീകരിക്കണം. തർക്കമന്ദിരത്തിന്റെ അകത്തേക്കും പുറത്തേക്കുമുള്ള മുറ്റങ്ങൾ (courtyard) ട്രസ്റ്റിനു കീഴിലാകും. ട്രസ്റ്റോ മറ്റു സംവിധാനങ്ങളോ ഉണ്ടാകുന്നതുവരെ കേന്ദ്രം നിയോഗിക്കുന്ന റിസീവറിനു കീഴിലായിരിക്കും ഭൂമി.

കോടതിയുടെ നിഗമനങ്ങൾ

തർക്കമന്ദിരത്തിനു പുറത്തെ മുറ്റം കൈവശം വെച്ചിരുന്നത് തങ്ങളാണെന്നു തെളിയിക്കാൻ രാംലല്ലയ്ക്കു സാധിച്ചു. ഹിന്ദുക്കൾ അവിടെ തുടർച്ചയായി ആരാധന നടത്തിയിരുന്നു. രാമൻ ജനിച്ച സ്ഥലം

അതാണെന്ന വിശ്വാസം ചോദ്യം ചെയ്യാനാവില്ല. രാം ഛബൂത്ര (രാമൻ ജനിച്ച സ്ഥലം), സീതാ രസോയി (ഭോജനശാലയും അതിഥി മന്ദിരവും), ഭണ്ഡാരം എന്നിവയെല്ലാം അവരുടെ വിശ്വാസം ഉറപ്പിക്കുന്നതാണ്. എന്നാൽ വിശ്വാസത്തിന്റെ മാത്രം അടിസ്ഥാനത്തിൽ ഭൂമിയുടെ അവകാശം സ്ഥാപിക്കാനാവില്ല. പക്ഷേ തർക്കഭൂമിയുടെ അവകാശം സ്ഥാപിച്ചെടുക്കാൻ വഖഫ് ബോർഡിന് കഴിഞ്ഞില്ല. ക്ഷേത്രം തകർത്താണ് പള്ളി നിർമ്മിച്ചതെന്ന് പുരാവസ്തു വകുപ്പ് പറയുന്നില്ലെങ്കിലും ബാബറി മസ്ജിദിനു അടിയിലുണ്ടായിരുന്നത് ഇസ്ലാമിക സ്വഭാവമുള്ള കെട്ടിടമല്ലെന്ന് അവർ വ്യക്തമാക്കുന്നു. പുരാവസ്തുവകുപ്പ് നല്കുന്ന തെളിവുകളെ ഊഹം മാത്രമായി കാണുന്നത് അവരെ അവമതിക്കലാകും. ഇസ്ലാമികനിയമം അനുശാസിക്കുംവിധം നിർമ്മിച്ചതല്ല ബാബറി മസ്ജിദെന്ന ഹിന്ദുകക്ഷികളുടെ വാദവും സുപ്രീംകോടതി തള്ളി. മുസ്ലീങ്ങൾ പള്ളി ഉപേക്ഷിച്ചിരുന്നില്ല. വെള്ളിയാഴ്ചകളിൽ അവിടെ പ്രാർത്ഥന നടത്തിയിരുന്നു. 1949 ഡിസംബർ 16നാണ് അവസാനമായി അവിടെ പ്രാർത്ഥന നടന്നത്. മൂന്നു മകുടങ്ങളുള്ള രൂപവും അല്ലാഹു എന്ന ശിലാലിഖിതവുമെല്ലാം അതു പള്ളിയാണെന്ന് സൂചിപ്പിക്കുന്നതാണ്.

അലഹാബാദ് ഹൈക്കോടതിയുടെ 2010 ലെ വിധിപ്രകാരം തർക്ക ഭൂമിയുടെ മൂന്നിലൊരുഭാഗം ലഭിച്ച നിർമ്മോഹി അഖാഡെയുടെ ഹർജി സുപ്രീം കോടതി തള്ളി. അവർക്ക് ഉടമസ്ഥതയോ പൂജ നടത്താനുള്ള അവകാശമോ ഇല്ല. ക്ഷേത്രനിർമ്മാണത്തിനായി രൂപീകരിക്കുന്ന ട്രസ്റ്റിൽ അഖാഡെയ്ക്ക് ഉചിതമായ സ്ഥാനം നല്കാമെന്നുമാത്രം. രാമജന്മഭൂമിക്ക് മൊത്തമായി നിയമപരമായ വ്യക്തിത്വം നല്കണമെന്ന ആവശ്യം കോടതി തള്ളി. രാമജന്മഭൂമി നിയമപരമായ വ്യക്തിത്വമായി കണക്കാക്കാനാകില്ല. (ശ്രീരാമന്റെ ജന്മസ്ഥലത്തിനു ദിവ്യത്വമുള്ള വ്യക്തിത്വ മുണ്ടെന്നും ആരാധനാപാത്രമാണെന്നുമാണ് രാംലല്ല വിരാജ്മാനുവേണ്ടി രാംലല്ല ക്ഷേത്ര അധികാരികൾ - ഹാജരായ അഭിഭാഷകർ വാദിച്ചിരുന്നത്. രാമന്റെ ജന്മസ്ഥലത്തെ പ്രതിഷ്ഠയാണ് വിശ്വാസികൾ കാണുന്നത്. അയോധ്യ പുണ്യസ്ഥലവും തീർത്ഥാടനകേന്ദ്രവുമാണ്. ക്ഷേത്രത്തിന്റേയോ വിഗ്രഹത്തിന്റേയോ അഭാവത്തിൽപോലും അയോധ്യയ്ക്ക് ദിവ്യവും ആത്മീയവുമായ പ്രാധാന്യമുണ്ടെന്നാണ് ഹിന്ദുക്കൾ വിശ്വസിക്കുന്നതെന്നും രാംലല്ല വിരാജ്മാൻ വാദിച്ചു) സ്ഥാവരസ്വത്തിനെ നിയമപരമായ വ്യക്തിത്വമായി അംഗീകരിക്കാനാവില്ലെന്ന് ബെഞ്ച് വ്യക്തമാക്കി. ആത്മീയത മനസ്സിൽനിന്നും ഹൃദയത്തിൽനിന്നുമാണ് വരുന്നത്. ഒരു മതത്തിന്റെ വിശ്വാസത്തിനുമാത്രം കോടതിക്ക് മുൻഗണന നല്കാനാകില്ല. നിയമസംവിധാനത്തിനു മുകളിലും മതത്തെ കാണാനാകില്ല. ഇന്ത്യ പോലെയുള്ള രാജ്യത്ത് മതവിഭാഗങ്ങൾക്കിടയിലെ വസ്തുതർക്കങ്ങൾ ഒഴിവാക്കാനാകില്ല. ഏതു സമുദായത്തിന്റെ വിശ്വാസമാണ് കൂടുതൽ ശക്തമെന്ന് നിശ്ചയിക്കാനാകില്ല എന്നും ഭരണഘടനാബെഞ്ച് നിരീക്ഷിച്ചു.

സ്ഥലത്തിന്റെ ഉടമകൾ തങ്ങളാണെന്നുള്ള ഷിയാ വഖഫ് ബോർഡിന്റെ വാദം കോടതി തള്ളി.

ഹൈന്ദവകക്ഷികളുടെ അവകാശങ്ങൾ സ്ഥാപിച്ചത് ഇങ്ങനെ

സുപ്രീംകോടതിയുടെ വിശദീകരണപ്രകാരം ഹിന്ദു കക്ഷികൾ അവകാശം സ്ഥാപിച്ചത് എങ്ങനെയാണെന്ന് പറയുന്നുണ്ട്.

ബാബറി മസ്ജിദ് നിർമ്മിച്ചതായി കണക്കാക്കുന്ന 1528-നു മുമ്പു തന്നെ അയോധ്യയെന്നു വിശ്വസിക്കുന്നത് രാമജന്മഭൂമിയാണെന്ന് മത ഗ്രന്ഥങ്ങളിൽ പറയുന്നു. ബാബറി മസ്ജിദ് നിന്നിരുന്ന സ്ഥലം രാമജന്മഭൂമി തന്നെയെന്ന ഹൈന്ദവവിശ്വാസത്തിന് രേഖകളും വാമൊഴികളുമുണ്ട്. ഹിന്ദുക്കൾ തർക്കമന്ദിരത്തിനു പുറത്തെ മുറ്റത്ത് മുടക്കം കൂടാതെ ആരാധന നടത്തിയിരുന്നു. കൈവശാവകാശം സ്ഥാപിച്ചെടുക്കാൻ ഇത് സഹായിച്ചു. 1857-ൽ ബ്രിട്ടീഷ് സർക്കാർ ഇരുമ്പുവേലി സ്ഥാപിച്ചിട്ടും

ഹിന്ദുക്കൾ ആരാധനയ്ക്ക് മുടക്കം വരുത്തിയില്ല. പുറത്തെ മുറ്റത്തിന്റെ അവകാശം സ്ഥാപിക്കുന്നതിൽ ഹിന്ദുകക്ഷികൾ വിജയിച്ചപ്പോൾ അകത്തെ മുറ്റത്തിന്റെ കാര്യത്തിൽ തർക്കമുണ്ടായിരുന്നു. അകത്തെ മുറ്റത്തെക്കുറിച്ചാണ് ഹിന്ദു-മുസ്ലീംകക്ഷികൾ തമ്മിൽ കൂടുതൽ തർക്ക മുണ്ടായിരുന്നത്. ബാബറി മസ്ജിദിന്റെ സ്ഥാപനം മുതൽ 1857 വരെ അകത്തെ മുറ്റത്തെ കൈവശാവകാശം സ്ഥാപിച്ചെടുക്കാൻ മുസ്ലീം കക്ഷി കൾക്കായില്ല. എന്നുവെച്ചാൽ മുസ്ലീങ്ങൾക്ക് മാത്രമായി കൈവശാവ കാശം തെളിയിക്കാൻ കഴിഞ്ഞില്ലെന്നർത്ഥം.

തർക്കമന്ദിരത്തിന്റെ പുറത്തേയും അകത്തേയും മുറ്റങ്ങളെ മൊത്ത ത്തിൽ പരിഗണിച്ചാണ് സുപ്രീംകോടതി തീർപ്പിലെത്തിയത്. വിവിധ ചരിത്രപണ്ഡിതന്മാരും സഞ്ചാരികളും എഴുതിയ ഗ്രന്ഥങ്ങളും വാല്മീകി രാമായണം, സ്കന്ദപുരാണം, രാമചരിതമാനസം തുടങ്ങിയ ഗ്രന്ഥങ്ങളു മാണ് അയോധ്യയാണ് രാമജന്മഭൂമിയെന്ന ഹൈന്ദവ വിശ്വാസത്തെ ശരി വെക്കാൻ സുപ്രീംകോടതി പരിഗണിച്ചത്.

മുസ്ലീങ്ങളുടെ അവകാശവാദം കോടതിയിൽ നിരസിക്കപ്പെടാനുള്ള ഒരു കാരണം 1857-ന് മുമ്പുള്ള അയോധ്യാചരിത്രം പരിശോധിച്ചതാണ്. 1857-ൽ ഹിന്ദു-മുസ്ലീം കലാപമുണ്ടായപ്പോൾ ബ്രിട്ടീഷുകാർ തർക്ക സ്ഥലം വേലികെട്ടി തിരിച്ചു. തുടർന്നും ഹിന്ദുക്കളും മുസ്ലീങ്ങളും പ്രാർത്ഥന നടത്തിയിരുന്നു. മലയാളിയായ ചരിത്രകാരൻ കെ.കെ. മുഹ മ്മദ് കൂടി അംഗമായ ആർക്കിയോളജിക്കൽ സർവ്വേ ഓഫ് ഇന്ത്യയുടെ മുൻ ഡയറക്ടർ ബി.ബി. ലാലിന്റെ നേതൃത്വത്തിലുള്ള സംഘത്തിന്റെ കണ്ടെത്തലായിരുന്നു പ്രധാനം. അവരാണ് ബാബറി മസ്ജിദിന്റെ അടിയിൽ മറ്റൊരു നിർമ്മിതി ഉണ്ടായിരുന്നുവെന്ന കണ്ടെത്തൽ നടത്തി യത്. 1930-1950 കാലഘട്ടത്തിൽ ധാരാളം ഹൈന്ദവ വിശ്വാസികൾ പൂജയ്ക്കും പ്രാർത്ഥനയ്ക്കും എത്തിയിരുന്നതായി അലഹബാദ് ഹൈക്കോടതിയിലെ കേസ് വിസ്താരത്തിനിടയിൽ ഇരുവിഭാഗം സാക്ഷി കളും മൊഴി നല്കിയിരുന്നു. അയോധ്യയുടെ സമീപസ്ഥലങ്ങളിൽ താമസിക്കുന്നവരായിരുന്നു അവർ. തങ്ങളുടെ ബാല്യകാല അനുഭവ ങ്ങളാണ് വിവരിച്ചത്.

ഹിന്ദുമത വിശ്വാസികളുടെ വിശേഷ ദിവസങ്ങളിൽ ആയിരക്കണ ക്കിനാളുകൾ അവിടെ എത്തിയിരുന്നതായി അവർ പറഞ്ഞു. മൊഴികൾ കൂടാതെ അനവധി ചരിത്രരേഖകൾ പരിശോധിച്ചു. നൂറ്റാണ്ടുകൾ പഴക്ക മുള്ള ഈസ്റ്റ് ഇന്ത്യാ കമ്പനിയുടെ ഔദ്യോഗിക രേഖകളും പരി ശോധിച്ചു. അയോധ്യയിൽ രാമന്റെ ജന്മസ്ഥലമായി കരുതുന്ന പ്രദേശം ഒരു ആരാധനാകേന്ദ്രമായിരുന്നു എന്ന കാര്യം സ്ഥാപിക്കാനായി സിഖ് ആത്മീയ നേതാവ് ഗുരുനാനാക്കിന്റെ അയോധ്യാസന്ദർശനത്തെപ്പറ്റി കോടതി ഉത്തരവിൽ പരാമർശിക്കുന്നുണ്ട്.

സിഖ് മതസ്ഥരുടെ ചരിത്രരേഖയായ ജന്മസാഖികളെ കോടതി ഉദ്ധരി ക്കുന്നു. എ.ഡി. 1510-11 വർഷങ്ങളിൽ ഗുരുനാനാക്ക് അയോധ്യയിലെ ത്തിയെന്നും ശ്രീരാമന്റെ ജന്മദേശമായ അയോധ്യയിൽ പ്രാർത്ഥിക്കാൻ താത്പര്യം പ്രകടിപ്പിച്ചെന്നും ജന്മസാഖിയിലുണ്ട്. (മുഗൾ ചക്രവർത്തി യായ ബാബറും ഗുരുനാനാക്കും ഒരേ കാലഘട്ടത്തിൽ ജീവിച്ചിരുന്നവ രാണ്.) ഇതെല്ലാം ഹൈന്ദവകക്ഷികളുടെ വാദങ്ങളെ പിന്തുണയ്ക്കുന്ന തായി കോടതി നിരീക്ഷിച്ചു.

കേസ്സിലെ പ്രധാന കക്ഷികൾ

നിർമ്മോഹി അഖാഡെ: സ്വന്തം ആചാരങ്ങളും വിശ്വാസങ്ങളുമുള്ള ഹിന്ദുമതപ്രസ്ഥാനം. അഖില ഭാരതീയ അഖാഡെ പരിഷത്തിന്റെ അംഗീ കാരത്തോടെ പ്രവർത്തിക്കുന്നു. വൈഷ്ണവസമ്പ്രദായം പിന്തുടരുന്ന ഒരു സന്ന്യാസിസമൂഹമാണത്. നൂറ്റാണ്ടുകളുടെ പഴക്കമുള്ള ഈ പ്രസ്ഥാനം വിവിധ വിഭാഗങ്ങളായി പിരിഞ്ഞു. വിഷ്ണുവിനെയും ശിവ നെയും അവർ ആരാധിക്കുന്നുണ്ട്. അതിൽ വിഷ്ണുവിനെ ആരാധിക്കു ന്നവരാണ് അയോധ്യ ആസ്ഥാനമായ നിർമ്മോഹി അഖാഡെക്കാർ.

രാംലല്ല വിരാജ്മാൻ: ശ്രീരാമഭക്തരായ ഹിന്ദുമഹാസഭ നേതൃത്വം നൽകുന്ന ഒരു വിഭാഗം.

സുന്നി വഖഫ് ബോർഡ്: ഇസ്ലാംമതവിശ്വാസികളിലെ സുന്നി വിഭാഗ ത്തിന്റെ നിയമങ്ങളനുസരിച്ചു പ്രവർത്തിക്കുന്ന ഒരു സംവിധാനം. അവകാശപ്പെട്ട വസ്തുവഹകൾ സംരക്ഷിക്കുക ഒരു പ്രധാന പ്രവർത്ത നമാണ്. ∎

പ്രതികരണങ്ങൾ

കോടതിവിധിയെ പ്രമുഖരിൽ ഭൂരിപക്ഷവും പൊതുവെ സ്വാഗതം ചെയ്തെങ്കിലും സ്വീകാര്യമല്ലാതിരുന്നവരും ഉണ്ടായിരുന്നു. ഭരണഘടനാ ബഞ്ചിന്റെ വിധിക്കുശേഷമുള്ള പ്രതികരണങ്ങളിലേക്ക് നമുക്ക് പോകാം.

പ്രമുഖ പുരാവസ്തു ഗവേഷക ശാസ്ത്രജ്ഞൻ, ആർക്കിയോളജിക്കൽ സർവ്വേ ഓഫ് ഇന്ത്യയുടെ നിർദ്ദേശപ്രകാരം ഉത്ഖനനവും ഗവേഷണവും നടത്തിയിട്ടുള്ള മലയാളിയായ കെ.കെ. മുഹമ്മദ് വിധിയെ സ്വാഗതം ചെയ്യുന്നു. സുപ്രീംകോടതി വിധി സുന്ദരവും മുൻകാല പുരാവസ്തുപഠനങ്ങൾ ശരിവെയ്ക്കുന്നതുമാണെന്ന് അദ്ദേഹം അഭിപ്രായപ്പെട്ടു.

"അവിടെ പുരാതനക്ഷേത്രം നിലനിന്നുവെന്നതിന് ശാസ്ത്രീയമായ തെളിവുണ്ട്. തർക്കസ്ഥലം ഹിന്ദുവിശ്വാസവുമായി ബന്ധമുള്ളതാണ്. ഇസ്ലാമിക വിശ്വാസപ്രകാരം പ്രവാചകൻ മുഹമ്മദ്നബി തിരുമേനിയുമായോ നാല് പ്രധാന ഖലീഫമാരുമായോ ഈ സ്ഥലത്തിന് ഒരു ബന്ധവുമില്ല. മുസ്ലീങ്ങൾക്ക് മക്കയോ മദീനയോപോലെ ഹിന്ദുക്കൾക്ക് വൈകാരിക അടുപ്പമുള്ള സ്ഥലത്ത് ക്ഷേത്രം തന്നെയാണ് ഉണ്ടാകേണ്ടത്. അയോധ്യയിൽതന്നെ സുന്നി വഖഫ് ബോർഡിന് അഞ്ചേക്കർ സ്ഥലം പള്ളി നിർമ്മിക്കാൻ നല്കുമെന്നതും നല്ല തീരുമാനമാണ്. മുസ്ലീങ്ങളുടെ അവകാശവും സംരക്ഷിക്കപ്പെട്ടു എന്നതിന്റെ സൂചനകൂടിയാണിത്. ആ സ്ഥലം ഭാഗിച്ചു നല്കിയിരുന്നുവെങ്കിൽ എക്കാലവും തർക്കം തുടരുകയായിരിക്കും ഫലം. അവിടെ ക്ഷേത്രം തകർത്ത് പള്ളി നിർമ്മിച്ചുവെന്നതിന് തെളിവില്ല. അത് ശരിയായിരിക്കില്ലെന്നാണ് പഠനങ്ങൾ സൂചിപ്പിക്കുന്നത്. ക്ഷേത്രത്തിന്റെ നഷ്ടാവശേഷിപ്പുകൾക്കുമേൽ പള്ളി പണിതതോ തൂണുകളും മറ്റും നശിപ്പിക്കാതെ വീണ്ടും ഉപയോഗിച്ചതോ ആവാം. അവിടെ നിസ്കാരം അനുഷ്ഠിച്ചുവെന്നതിനും തെളിവുണ്ട്."

"1837–1858 കാലഘട്ടത്തിലും ഈ തർക്കമുണ്ടായിരുന്നു. 1949–നു ശേഷമാണ് ഇതിന് കുറച്ചെങ്കിലും രാഷ്ട്രീയമാനം കൈവന്നത്. 1976–77 കാലയളവിലാണ് പ്രൊഫ. ബി.ബി. ലാലിന്റെ നേതൃത്വത്തിൽ

ആർക്കിയോളജിക്കൽ സർവ്വേ ഓഫ് ഇന്ത്യയിലെ പത്തു വിദ്യാർത്ഥി കൾ അവിടെ പഠനം നടത്തിയത്. അക്കൂട്ടത്തിൽ ഞാനുമുണ്ടായിരുന്നു. തർക്കസ്ഥലത്തിനു തൊട്ടടുത്ത് ചെറിയൊരു സത്രത്തിൽ രണ്ടുമാസം താമസിച്ചു. 2003-ൽ വീണ്ടും ആർക്കിയോളജിക്കൽ സർവ്വേ ഓഫ് ഇന്ത്യ തർക്കസ്ഥലത്ത് പഠനം നടത്തി.

ഇപ്പോഴത്തെ വിധി മനുഷ്യസാഹോദര്യവും മതസൗഹാർദ്ദവും പുലരാൻ പ്രേരകമാവട്ടെ. അങ്ങനെ ഭാരതത്തിന്റെ നന്മയും ഐക്യവും ലോകമറിയട്ടെ" - കെ.കെ. മുഹമ്മദ് പ്രത്യാശിച്ചു.

പ്രധാനമന്ത്രി നരേന്ദ്രമോദി സുപ്രീം കോടതിവിധി ആരുടേയും ജയമോ പരാജയമോ അല്ലെന്ന് അഭിപ്രായപ്പെട്ടു. വിധി പുതിയ പ്രഭാത ത്തിനു തുടക്കം കുറിച്ചിരിക്കുകയാണെന്നും ഇനി പുതുതലമുറ ഭാരതത്തെ മുന്നോട്ടുകൊണ്ടുപോകുമെന്നും അദ്ദേഹം ടിറ്ററിൽ കുറിച്ചു.

പിന്നീട് രാജ്യത്തെ അഭിസംബോധന ചെയ്തുകൊണ്ട് അദ്ദേഹം പറഞ്ഞു: "രാമഭക്തിയോ റഹിം ഭക്തിയോ ആകട്ടെ, രാഷ്ട്രഭക്തിയുടെ ആത്മാവിനെ നാം ബലപ്പെടുത്തിയിരിക്കുന്നു എന്നതാണ് പ്രധാനം. ഈ വിധി ആരുടേയും ജയമോ പരാജയമോ ആയി കാണരുത്. പതിറ്റാണ്ടു കളായി നിലനിന്ന പ്രശ്നം നീതിയുടെ ക്ഷേത്രം രമ്യമായി പരിഹരിച്ചു. ഈ വിധി ജുഡീഷ്യൽ സംവിധാനത്തിലുള്ള വ്യക്തികളുടെ വിശ്വാസം ഇനിയും ശക്തമാക്കും. ഇന്നത്തെ വിധിക്കുമുമ്പ് 130 കോടി ജനങ്ങൾ പുലർത്തിയ സമാധാനവും ശാന്തതയും സമാധാനത്തോടെയുള്ള സഹ വർത്തിത്വമെന്ന ഇന്ത്യയുടെ സഹജമായ പ്രതിജ്ഞാബദ്ധതയെ വ്യക്ത മാക്കുന്നു. ഐക്യത്തിന്റേയും ഒരുമയുടേയും ഈ ചൈതന്യം നമ്മുടെ രാജ്യത്തിന്റെ വികസനപഥത്തെ ബലവത്താക്കട്ടെ. എല്ലാ ഇന്ത്യക്കാ രെയും കരുത്തരാക്കട്ടെ. നമ്മുടെ നീതിന്യായവ്യവസ്ഥയുടെ സ്വാത ന്ത്ര്യവും സുതാര്യതയും ദീർഘവീക്ഷണവും ഒരിക്കൽകൂടി ഉറപ്പിക്കുന്ന വിധിയാണിത്. സമാധാനവും സൗഹാർദ്ദവും പുലരട്ടെ."

സുപ്രീംകോടതിവിധി അന്തിമമായതിനാൽ ഈ ഘട്ടത്തിൽ അത് ഉൾക്കൊള്ളാൻ എല്ലാവരും ബാധ്യസ്ഥരാണെന്നും വിധിയോടുള്ള പ്രതി കരണങ്ങൾ നാടിന്റെ സമാധാനവും ഐക്യവും മതനിരപേക്ഷതയും സംരക്ഷിച്ചുകൊണ്ടുള്ളതാവണമെന്നുമാണ് കേരളാമുഖ്യമന്ത്രി പിണ റായി വിജയൻ പ്രതികരിച്ചത്.

അഖിലേന്ത്യാ സുന്നി ജംഇയ്യത്തുൽ ഉലമ ജനറൽ സെക്രട്ടറി കാന്ത പുരം എ.പി. അബൂബക്കർ മുസല്യാർ പ്രധാനമന്ത്രി നരേന്ദ്രമോദിയുടെ പ്രസ്താവനയോട് ഏകദേശം യോജിച്ചുകൊണ്ടു പറഞ്ഞു തുടങ്ങുന്നു: "ഏതെങ്കിലും ഒരു കക്ഷി വിജയിച്ചോ പരാജയപ്പെട്ടോ എന്നതല്ല, ഇന്ത്യ യുടെ അഖണ്ഡതയാണ് പ്രധാനം. ബാബറി മസ്ജിദ് മുസ്ലീങ്ങളുടെ ആരാധനാലയമാണ്. എന്നതുപോലെ പ്രധാനമാണ് സ്വസ്ഥമായി

ജീവിക്കാൻ എല്ലാവർക്കും സാധിക്കുകയെന്നതും. കോടതിവിധിയുടെ പശ്ചാത്തലത്തിൽ അവിവേകമോ വാക്കോ ഇടപെടലോ ആരിൽനിന്നും ഉണ്ടാവരുത്."

മുസ്ലീം യൂത്ത്‌ലീഗ് സംസ്ഥാന അധ്യക്ഷൻ പാണക്കാട് സയ്യിദ് മുഹമ്മദലി ശിഹാബ് തങ്ങൾ തന്റെ ഫേസ്ബുക്കിൽ കുറിക്കുന്നത്, ആലോചിച്ചോ തർക്കിച്ചോ നില്ക്കാൻ നേരമില്ലെന്നും നടന്നുതീർക്കാൻ ഒരു പാടുണ്ടെന്നും നാം മുന്നോട്ടുതന്നെയാണെന്നുമുള്ള പ്രത്യാശയാണ്. പ്രധാനമന്ത്രിയുടെ പ്രസ്താവനയുടെ ഉദ്ധരണി ഇവിടെയും വരുന്നുണ്ട്.

"ആരു തോറ്റു, ആരു ജയിച്ചു എന്നതിനേക്കാൾ കാലങ്ങളായി ഇന്ത്യയെ കാർന്നുതിന്നിരുന്ന ഒരു വിധിയുടെ കാര്യത്തിൽ പരമോന്നത കോടതി തീർപ്പുകല്പിച്ചു എന്നതാണ് കാര്യം. വിധിയുമായി ബന്ധപ്പെട്ട് കോടതി നടത്തിയ ചില നിരീക്ഷണങ്ങൾ വളരെ പ്രസക്തമാണ്. കാലങ്ങളായി സംഘപരിവാർ നടത്തിവരുന്ന കള്ളപ്രചാരണങ്ങളുടെ മുനയൊടിക്കുന്നതായിരുന്നു ഈ നിരീക്ഷണങ്ങൾ. 1949-ൽ പള്ളിക്കകത്ത് വിഗ്രഹം പ്രതിഷ്ഠിച്ചതാണ് ഇതിലൊന്ന്. ഇത് സ്വയംഭൂവാണെന്ന വാദം ജനങ്ങളെ വിശ്വസിപ്പിച്ചാണ് ഇവർ പ്രചാരണം നടത്തിയിരുന്നത്. മറ്റൊന്ന് 1992-ലെ പള്ളി തകർക്കലാണ്. ഇതു രണ്ടും സുപ്രീംകോടതിയുടെ വിലക്കുകളെ ലംഘിക്കുന്ന അതിക്രമങ്ങളായിരുന്നു എന്ന് സുപ്രീംകോടതി കണ്ടെത്തി.

ആർക്കിയോളജിക്കൽ സർവ്വേ ഓഫ് ഇന്ത്യയുടെ കണ്ടെത്തലുകൾ തള്ളിക്കളയാതെയാണ് കോടതി വിധി പറഞ്ഞിരിക്കുന്നത്. ബാബറി മസ്ജിദ് ഒരു ഹിന്ദു നിർമ്മിതിക്കു മുകളിലാണെന്നാണ് പുരാവസ്തു വകുപ്പ് കണ്ടെത്തിയത്. എന്നാൽ അത് ക്ഷേത്രമാണോ എന്ന കാര്യം വ്യക്തമല്ല. അതുകൊണ്ട് ക്ഷേത്രം തകർത്താണ് പള്ളി നിർമ്മിച്ചതെന്ന് ഉറപ്പിക്കാനാവില്ലെന്നു കോടതി വ്യക്തമാക്കുന്നുണ്ട്. പള്ളി ഒരു കാലത്തും മുസ്ലീങ്ങൾ ഉപേക്ഷിച്ചിരുന്നില്ല. രാമജന്മഭൂമിയാണെന്ന വിശ്വാസത്തെയോ മുസ്ലീങ്ങളുടെ പള്ളിയാണെന്ന വിശ്വാസത്തെയോ കോടതി തള്ളിക്കളഞ്ഞില്ല.

പള്ളിക്കകത്ത് മുസ്ലീങ്ങളും പുറത്ത് ഹിന്ദുക്കളും ആരാധന നടത്തിയിരുന്നു. ഈ സാഹചര്യത്തിൽ അലഹാബാദ് കോടതി ചെയ്തതു പോലെ പള്ളി നില്ക്കുന്ന സ്ഥലം ഭാഗിച്ചേക്കാം എന്നാണ് എല്ലാവരും കരുതിയത്. തത്‌സ്ഥാനത്ത് ക്ഷേത്രം പണിയാൻ അനുമതി നല്കിയതിലൂടെ സമാധാനത്തോടെ പ്രശ്നം പരിഹരിക്കുക എന്നതായിരിക്കണം സുപ്രീംകോടതി ലക്ഷ്യമിട്ടത്. ഇന്ത്യയിലെ മുസ്ലീങ്ങളെ സംബന്ധിച്ചിടത്തോളം കോടതിവിധിയിൽ അതൃപ്തിയും നൈരാശ്യവുമുണ്ട്. പക്ഷേ പരമോന്നത കോടതിയുടെ വിധിയെ മാനിക്കുക എന്നത് ഏതൊരു പൗരന്റേയും കടമയാണ്."

കോടതിവിധിയിൽ അതൃപ്തി പ്രകടമാണെങ്കിലും നിയമത്തെ പ്രക്ഷുബ്ധമാക്കാൻ മുസ്ലീം യൂത്ത് ലീഗ് നേതാവ് ഉദ്ദേശിക്കുന്നില്ല. സമാധാനകാംക്ഷിയാണെന്ന സന്ദേശമതിലുണ്ട്. ആർ.എസ്.എസ്. നേതാവായ മോഹൻ ഭഗത് കോടതിവിധിയിൽ വളരെ സംതൃപ്തനുമാണ്. വിധിയിൽ സത്യവും നീതിയും പുലർന്നെന്നും രാജ്യത്തെ എല്ലാവിഭാഗം ജനങ്ങളുമായി ചേർന്ന് രാമക്ഷേത്രം പണിയുമെന്നുമാണ് അദ്ദേഹത്തിന്റെ പ്രതികരണം. പ്രധാനമന്ത്രി നരേന്ദ്രമോദിയുടെ പ്രതികരണവാചകം പലരേയും സ്വാധീനിച്ചു എന്നു വ്യക്തമാകുന്നു. മോഹൻഭഗത് പറയുന്നു: "ഇത് ആരുടേയും ജയമോ പരാജയമോ അല്ല; നൂറ്റാണ്ടുകൾ പഴക്കമുള്ള തർക്കമാണ് അവസാനിച്ചത്. ഇതുമായി ബന്ധപ്പെട്ട ഭിന്നതകളെല്ലാം അവസാനിപ്പിക്കണം. ഹിന്ദുവും മുസ്ലീങ്ങളുമൊക്കെ ഒന്നാണ്. സാമൂഹിക സൗഹാർദ്ദം കാത്തുസൂക്ഷിക്കേണ്ടത് എല്ലാവരുടേയും ഉത്തരവാദിത്തമാണ്."

അയോധ്യയിൽ രാമക്ഷേത്രം നിർമ്മിക്കുന്നതിനായി ഗുജറാത്തിലെ സോമനാഥക്ഷേത്രത്തിൽനിന്ന് രഥയാത്ര നടത്തിയ, ദീർഘകാലം ബി.ജെ.പി.യുടെ അധ്യക്ഷനായിരുന്ന എൽ.കെ. അദ്വാനി ഇത് സാഫല്യത്തിന്റെ നിമിഷമായി കരുതുന്നു.

"എന്റെ ഭാഗം നീതിമത്ക്കരിക്കപ്പെട്ടിരിക്കുന്നു. വലിയ അനുഗ്രഹം ലഭിച്ചതായി തോന്നുന്നു. അയോധ്യയിലെ രാമജന്മഭൂമിയിൽ ഭഗവാൻ രാമന് അതിമനോഹരമായ ക്ഷേത്രം നിർമ്മിക്കാൻ കോടതിയുടെ ഏകകണ്ഠമായുള്ള വിധി വഴി തുറന്നിട്ടിരിക്കുന്നു. ഈ വിധിയെ പൂർണ്ണഹൃദയത്തോടെ സ്വാഗതം ചെയ്യുന്നു. ഏറെക്കാലമായുള്ള മന്ദിർ-മസ്ജിദ് തർക്കം അവസാനിച്ചിരിക്കുന്നു. എല്ലാ കലഹങ്ങളും പാരുഷ്യവും അവസാനിപ്പിച്ച് സാമുദായിക യോജിപ്പിനേയും സമാധാനത്തേയും പുണരാനുള്ള നേരമായി. രാജ്യത്തിന്റെ അഖണ്ഡതയ്ക്കും ഐക്യത്തിനും വേണ്ടി എല്ലാ വിഭാഗക്കാരും ഒരുമിച്ചുനില്ക്കണം."

ചരിത്രപണ്ഡിതനായ ഡോ. എം.ജി.എസ്. നാരായണൻ തർക്കഭൂമി സംബന്ധിച്ച വിധി ചരിത്രത്തോടും കേസിലെ കക്ഷികളായ ഇരുകൂട്ടരോടും നീതി കാണിക്കുന്നതാണെന്നാണ് അഭിപ്രായപ്പെട്ടത്. "ചരിത്രത്തിലെ തെറ്റുകൾ രാഷ്ട്രം തിരുത്തേണ്ടത് തെറ്റുകൾ ആവർത്തിച്ചുകൊണ്ടല്ല. ശരികൾ ചെയ്തുകൊണ്ടാണ്. രണ്ടുകൂട്ടരേയും തൃപ്തിപ്പെടുത്താൻ ഈ വിധി ഉപകാരപ്പെടണം. എല്ലാവരും ഇത് നല്ല മനസ്സോടെ അംഗീകരിക്കണം. ഈ വിഷയത്തിൽ നിർഭാഗ്യകരമായവിധം ഒരുപാട് രക്തചൊരിച്ചിലുകൾ ഉണ്ടായിട്ടുണ്ട്. അത് ആവർത്തിക്കരുത്. ചരിത്രം നമ്മെ പഠിപ്പിക്കുന്നത് അതാണ്. കോടതിവിധി മാനിച്ച് സന്തോഷത്തോടെ, സമാധാനത്തോടെ എല്ലാ ഭാരതീയരും ജീവിക്കണം. പുരാവസ്തു അവശിഷ്ടങ്ങളും ചരിത്രരേഖകളും വെച്ചുനോക്കുമ്പോൾ ഈ വിധി ശരിയുടെ പക്ഷത്താണ്." എം.ജി.എസ്. പ്രതികരിച്ചു.

നിയമപണ്ഡിതനും സുപ്രീംകോടതി അഭിഭാഷകനുമായ കാളീശ്വരം രാജ് നിരീക്ഷിക്കുന്നതിങ്ങനെ:

"അയോധ്യാകേസിലെ സുപ്രീംകോടതിവിധിയിലൂടെ ഒരു രാഷ്ട്രം കോടതിയെക്കൂടി വിചാരണ ചെയ്യുകയായിരുന്നു. ഒപ്പം ഒരു ജനത, സ്വയം വിചാരണയ്ക്കു വിധേയമാകുകയായിരുന്നു. ആത്യന്തികമായി ഇന്ത്യയുടെ മതേതരമൂല്യങ്ങളേയും ഭരണഘടനാതത്ത്വങ്ങളേയും ഈ വിധി ഗുണകരമായി സ്വാധീനിക്കുമോ എന്ന ചോദ്യം ഉന്നയിക്കപ്പെടും. പരമോന്നത കോടതിയുടെ വിധിയെ രാജ്യത്തെ നിയമമെന്ന നിലയിൽ അംഗീകരിക്കുമ്പോഴും അതിൽ പ്രതിഫലിപ്പിക്കപ്പെട്ട സമീപനങ്ങളും തത്ത്വങ്ങളും വിശദമായ ചർച്ചകൾക്ക് വിധേയമാക്കപ്പെടണം. ആ ചർച്ചകൾ പക്ഷേ, നിയമവിധേയവും ജനാധിപത്യപരവും ക്രിയാത്മകവുമായിരിക്കണമെന്നുമാത്രം. ജനങ്ങൾക്കിടയിലെ സാഹോദര്യവും മതങ്ങൾ തമ്മിലുള്ള സഹവർത്തിത്വവും നിലനിർത്തിക്കൊണ്ടുമാത്രമേ നമുക്ക് ഭരണഘടനാമൂല്യങ്ങളെക്കുറിച്ചുപോലും ചർച്ച ചെയ്യാൻ കഴിയുകയുള്ളൂ എന്നർത്ഥം.

ഇപ്പോഴത്തെ കോടതിവിധി, അതിനാൽ ബൊമ്മെ കേസിലെ വിധിയുമായി തട്ടിച്ചുനോക്കിവേണം വായിക്കപ്പെടാൻ. 1949-ൽ പള്ളിയിൽ വിഗ്രഹം കാണാനിടയായ സാഹചര്യങ്ങളെക്കുറിച്ച് ഒട്ടേറെ ചർച്ചകളുണ്ടായി. 1992-ൽ ബാബറി മസ്ജിദ് പൊളിച്ചത് തികഞ്ഞ നിയമലംഘനമാണെന്ന് സുപ്രീംകോടതി ഇപ്പോൾ വീണ്ടും പറഞ്ഞിരിക്കുന്നു. അത്രത്തോളം സുപ്രീംകോടതി ബൊമ്മെ കേസിലെ വിധിയെ പിന്തുടർന്നു എന്നു പറയാവുന്നതാണ്. എന്നാൽ നിയമലംഘനത്തിന്റെ ഭവിഷ്യത്ത് നിയമലംഘകർ അനുഭവിക്കുന്നു എന്ന് ഉറപ്പുവരുത്താൻ സുപ്രീംകോടതിക്ക് കഴിഞ്ഞുവോ? പള്ളി പൊളിച്ചത് നിയമലംഘനമാണെങ്കിൽ അവിടെ പള്ളി പണിയാൻ നിർദ്ദേശിക്കുകയായിരുന്നില്ലേ കോടതി ചെയ്യേണ്ടിയിരുന്നത്? ഇത്തരം ചോദ്യങ്ങൾ ഉന്നയിക്കപ്പെടാം.

കോടതികൾക്ക് ഭൂരിപക്ഷവിശ്വാസത്തിന് എതിരെ നിന്നുകൊണ്ടുപോലും ഭരണഘടനാതത്ത്വങ്ങളെ മുറുകെ പിടിക്കുന്ന രീതി (Counter majoritarian approach) അവലംബിക്കാൻ പലപ്പോഴും കഴിയാതെപോയി. കാശ്മീർ, പൗരത്വം, വ്യക്തിസ്വാതന്ത്ര്യം തുടങ്ങിയ പല വിഷയങ്ങളിലും സമയോചിതമായ ഇടപെടൽ സുപ്രീംകോടതിയുടെ ഭാഗത്തുനിന്നുണ്ടായില്ല എന്ന വിമർശനം നിലനില്ക്കുന്നുണ്ട്. രാഷ്ട്രീയ പാർട്ടികളും സർക്കാരുകളും ഭൂരിപക്ഷഹിതം നോക്കി

പ്രവർത്തിക്കുന്നവരാകാം. ചിലപ്പോൾ നിയമനിർമ്മാണ സഭകളും അങ്ങനെ പെരുമാറാം. കോടതികൾക്ക് പക്ഷേ, നിയമവും ഭരണഘടനയും തന്നെയാണ് മാനദണ്ഡം.

ഭരണഘടനയുടെ 142-ാം അനുച്ഛേദം അനുസരിച്ച് സമ്പൂർണ്ണ നീതിക്കുവേണ്ടിയുള്ള സവിശേഷാധികാരം സുപ്രീംകോടതി ഈ കേസിലും പ്രയോഗിച്ചിട്ടുണ്ട്. അഞ്ചേക്കർ ഭൂമി ന്യൂനപക്ഷസമുദായത്തിനു നല്കണമെന്ന നിർദ്ദേശം. അത്രത്തോളം നല്ലതുതന്നെ. വ്യത്യസ്ത വിഭാഗക്കാരുടെ താത്പര്യങ്ങളെ തൃപ്തിപ്പെടുത്താനുള്ള ശ്രമം കോടതിയുടെ ഭാഗത്തുനിന്ന് ഉണ്ടായിരിക്കുന്നു. ഏതായാലും രാജ്യശരീരത്തിന് മുറിവേല്പിച്ച ഒട്ടറെ ദുരന്താനുഭവങ്ങൾക്കു ശേഷം സുപ്രീംകോടതി അതിന്റെ അന്തിമവിധി പറഞ്ഞിരിക്കുന്നു. തെറ്റിനതീതമായതുകൊണ്ട് ഞങ്ങളുടെ വിധി അന്തിമമാകുകയില്ല; അന്തിമമായതുകൊണ്ട് വിധി തെറ്റിനതീതമാകുകയാണ് എന്ന് അമേരിക്കൻ സുപ്രീംകോടതിയിലെ ജസ്റ്റിസ് ജാക്സൺ ദുസു സൂചിപ്പിച്ചത് അയോധ്യാവിധിക്കും ബാധകമാണ്. ഈ അന്തിമവിധി എത്രമാത്രം തെറ്റുകുറ്റങ്ങൾ അടങ്ങിയതാണെങ്കിലും രാജ്യത്തെ നിയമമെന്ന നിലയിൽ സ്വീകരിക്കപ്പെടണം. ഉന്നതമായ മതേതരബോധവും സാഹോദര്യവും ഉയർത്തിപ്പിടിച്ചുകൊണ്ട് പുതിയൊരിന്ത്യ സൃഷ്ടിക്കാൻ നമുക്ക് കഴിയണം. വിധി നല്കുന്ന സന്ദേശവും അതാണ്."

(മാതൃഭൂമി ദിനപത്രം - നവംബർ 10)

ഗാന്ധിയനും സാഹിത്യകാരനുമായ ഡോ. കെ. അരവിന്ദാക്ഷൻ ഈ വിഷയത്തിൽ പ്രതികരിക്കുന്നതിങ്ങനെയാണ്.

"യൂറോപ്യൻ മാതൃകയിലുള്ള ആധുനിക സ്റ്റേറ്റിൽ മതേതരത്വത്തെ വിരുദ്ധധ്രുവത്തിൽ സ്ഥാപിച്ച് രാഷ്ട്രീയലാഭത്തിലൂടെ അധികാരത്തിലെത്താൻ രാമനെ ഒരു പൗരുഷബിംബമാക്കി ഉപയോഗിക്കാൻ കഴിഞ്ഞതാണ് 1990-കൾ മുതലുള്ള സംഘപരിവാറിന്റെ ചരിത്രം. അത് വളരെ നിഷ്ഠയോടെ, അത്യന്താധുനിക ഇലക്ട്രോണിക് മാധ്യമങ്ങളടക്കമുള്ള ഹൈവേകളുപയോഗിച്ച് അവർക്ക് സാധിച്ചു. ഇന്ത്യൻ മധ്യവർഗ്ഗവും ചങ്ങാത്തമുതലാളിത്തത്തിന്റെ കോർപ്പറേറ്റ് ഭീമന്മാരും അതിന് ഉള്ളറിഞ്ഞ് സഹായവും പിന്തുണയും നല്കി.

1990-ൽ സോമനാഥിൽ നിന്ന് അയോധ്യയിലേക്കുള്ള അദ്വാനിയുടെ രഥയാത്ര പ്രഖ്യാപിച്ചത് അക്കാലത്തെ ബി.ജെ.പി സെക്രട്ടറിയായിരുന്ന നരേന്ദ്രമോദിയാണ്. അതോടെ

രാമജന്മഭൂമി സംഘപരിവാറിന്റെ രാഷ്ട്രീയകർമ്മക്ഷേത്രമായി. ശ്രീരാമൻ അധികാരത്തിലേക്കുള്ള കുറുക്കുവഴിയും.

1990 ഒക്ടോബർ 30നാണ് ആർ.എസ്.എസ്സിലെയും വി.എച്ച്.പിയിലെയും എ.ബി.വി.പിയിലെയും ബി.ജെ.പി.യിലെയും ബജ്റംഗദളിലെയും മൂവ്വായിരത്തിൽ കവിയാത്ത ആൾക്കൂട്ടം അയോധ്യയിൽ ഒത്തുകൂടിയത്. രാമന്റെ ജന്മസ്ഥലമായ അയോധ്യയിലെ ബാബ്റി പള്ളി സ്ഥിതി ചെയ്തിരുന്ന സ്ഥലം വിമോചിപ്പിക്കാൻ ആഹ്വാനം നല്കി. വിക്രമാദിത്യ ചക്രവർത്തി നിർമ്മിച്ച രാമക്ഷേത്രം മുഗൾ ചക്രവർത്തി ബാബറുടെ വിശ്വസ്തൻ മാർബകി 1520ൽ അശുദ്ധമാക്കി നശിപ്പിച്ചതാണെന്ന് അവർ പ്രഖ്യാപിച്ചു.

സൂക്ഷിച്ചു നോക്കിയാൽ സ്വാഭാവികമായും ഈ വിധി ഭൂരിപക്ഷസമുദായത്തിന് അനുകൂലമായ ഒന്നായി കാണാം. അത് അങ്ങനെയേ സംഭവിക്കൂയെന്ന് 2019-ൽ വൻ ഭൂരിപക്ഷത്തോടെ അധികാരത്തിൽ വന്ന ബി.ജെ.പിയുടെ ഒന്നാം ദിവസം മുതലുള്ള ചെയ്തികൾ പരിശോധിച്ചാലറിയാം. 2014 മുതൽ നമ്മുടെ ജനാധിപത്യസ്ഥാപനങ്ങളുടെ ശോഷണം മുമ്പെങ്ങുമില്ലാത്തവിധം വേഗത്തിലാണ്. 2019 മെയ് മുതൽ അത് ദ്രുതഗതിയിലാണ്. ഭയത്തിന്റെ ഒരു വലിയ നെറ്റിനുള്ളിൽ ഇന്ത്യൻ റിപ്പബ്ലിക് കുടുങ്ങിയപോലെയാണ്... ഗാന്ധിയെ പോലുള്ളവർ ജനാധിപത്യത്തിന്റെ വ്യവസ്ഥയിൽ ജീവിതകാലം മുഴുവൻ ഉയർത്തിപ്പിടിച്ചിരുന്നതും ജീവിതം മുഴുവൻ പോരാടിയിരുന്നതും വ്യക്തിയുടെ ഉണ്മ നിലനിർത്താനായിട്ടാണ്. പൗരന്റെ അവസാന അഭയകേന്ദ്രമായിരുന്ന ഉന്നത നീതിപീഠത്തിന്റെ മേൽപോലും ഭയത്തിന്റെ കരിനിഴൽ വീണതായി തോന്നും, 2019-ലെ വിധിന്യായങ്ങൾ വായിക്കുമ്പോൾ. അയോധ്യവിധിയിലും സുപ്രീംകോടതി ഉയർത്തിപ്പിടിച്ചത് ഭരണഘടനയിലെ നിയമങ്ങളെയല്ലായെന്ന് അവർ തന്നെ പറയുന്നുണ്ട്. Faith അഥവാ വിശ്വാസമാണ് ഈ വിധിയിൽ തങ്ങളെ നയിച്ചതെന്ന് അവർ ആശ്വസിക്കുന്നുണ്ട്. ഈ വിശ്വാസത്തെക്കുറിച്ചാണ് ആദ്യം മുതൽ വിശ്വഹിന്ദുവും മറ്റും പറഞ്ഞുകൊണ്ടിരിക്കുന്നത്. ആരുടെ Faith എന്ന ചോദ്യത്തിന് ഒന്നെങ്കിൽ ഹിന്ദുവിന്റെ അല്ലെങ്കിൽ മുസ്ലീമിന്റെ. തീർച്ചയായും കൂടുതൽ രക്തം ഒഴുകാതിരിക്കാൻ ഭരണഘടനയുടെ നിയമാവലികൾ അപഗ്രഥിച്ച് സ്വയം ആശ്വസിപ്പിച്ച് അവർ രാമക്ഷേത്രം പണിയാൻ ബാബ്റി പള്ളി സ്ഥിതി ചെയ്തിരുന്ന സ്ഥലത്ത് ഹിന്ദുക്കൾക്ക് അനുമതി നല്കുകയാണ്. മറ്റൊരു ഗാന്ധിയൻ വഴിയുണ്ടെന്ന് അവരിൽ ഒരാളെങ്കിലും ചിന്തിച്ചു

പോലുമില്ലായെന്നത് ഒരു ഗാന്ധിയൻ വിദ്യാർത്ഥി എന്ന നിലയിൽ എന്നെ വേദനിപ്പിക്കുന്നു."

"1948 ജനുവരി മുപ്പതിന് ഗാന്ധിയെ ഭൗതികമായി ഉന്മൂലനം ചെയ്തവർ 1992 ഡിസംബർ ആറിന് ബാബ്റി പള്ളി നിലംപരിശാക്കിയപ്പോൾ രാമനെന്ന ദൈവധാതുവിനെ ഡൈനാമിട്ട് വെച്ച് ഇന്ത്യൻ മാപ്പിൽ നിന്നും എന്നന്നേക്കുമായി ഇല്ലാതാക്കുമെന്ന് വ്യാമോഹിച്ചു. പക്ഷേ, രാമധാതുവിൽ ദൈവധാതു ഒരിക്കലും നമ്മുടെ മണ്ണിൽ നിന്ന് മാഞ്ഞു പോകില്ല. അത് സത്യമായിരുന്നതിനാൽ എപ്പോഴും ഏതു നിമിഷവും പൊട്ടിക്കിളർത്തുകൊണ്ടിരിക്കും. അധികാരികളറിയാതെ ഏത് അന്വേഷണ ഏജൻസിക്കും അത് കണ്ടെത്താനാവില്ല, ഇന്ത്യൻ മണ്ണിന്റെ സാംസ്കാരികധാതു വന്നത്, ആത്മീയധാതു വന്നത്."

"....ബാബ്റി പള്ളിയുടെ സ്ഥാനത്ത് പാവനമായ അയോധ്യയിൽ ഒരു മഹത് ആതുരാലയമാണ് നമ്മൾ നിർമ്മിക്കേണ്ടിയിരുന്നത്. ഇത് ഗാന്ധിയെ നിരന്തരവായനയിലൂടെ അന്വേഷിക്കുന്ന ബുദ്ധനെ അറിയാൻ ശ്രമിക്കുന്ന ഒരു സാധുവായ ഇന്ത്യക്കാരന്റെ സ്വപ്നമാണ്.

ഭൂമിയിലെ എല്ലാ രാജ്യങ്ങളിൽ നിന്നും ഓരോ പിടിമണ്ണും ഓരോ ഇഷ്ടികയും അതിനായി ശേഖരിക്കണം. ഭൂമിയിൽ മാരകരോഗങ്ങളാൽ ദുരിതപ്പെടുന്ന എല്ലാ മനുഷ്യർക്കും, ജാതി-മത-വർഗ-ലിംഗഭേദമന്യേ ഈ ആതുരാലയം അഭയമാകണം. നാരായണഗുരു ചൊല്ലിയതുപോലെ 'ജാതിഭേദം മതദ്വേഷമേതുമില്ലാതെ സർവ്വരും സോദരത്വേന വാഴുന്ന മാതൃകാസ്ഥാനമാകണം' ഈ ആതുരാലയം. ഈ ആതുരാലയത്തിന് 'റാം-റഹീം മഹാ ആതുരാലയ'മെന്ന് നാമകരണം ചെയ്യണം. ചികിത്സയും സേവനവും സൗജന്യമാകണം. ആധാർ കാർഡോ റേഷൻകാർഡോ കൊണ്ടുവരേണ്ടതില്ല. മനുഷ്യനായ ആർക്കും ഇവിടെ വരാം. ചികിത്സനേടാം. രാജ്യാതിർത്തിയില്ലാതെ.

ആതുരാലയത്തിന്റെ ഇരുഭാഗങ്ങളിലുമായി രണ്ട് ചെറിയ പ്രാർത്ഥനാഹാളുകൾ നിർമ്മിക്കണം. അവിടെ കണ്ണാടിയാവണം പ്രതിഷ്ഠ. ഈ രണ്ടിലും ആർക്കും പ്രാർത്ഥിക്കാം. ആതുരാലയത്തിന്റെ നടുത്തളത്തിൽ ഭൂമിയെന്ന ആവാസവ്യവസ്ഥയെ പ്രതിനിധീകരിച്ച് ബാബ്റി-രാമജന്മഭൂമിയുടെ അരികിൽ അനാഥമായിക്കിടന്നിരുന്ന 'സീതയുടെ അടുക്കള' (സീത കീ രസോയ്, രാമചന്ദ്രഗാന്ധിയുടെ Sita's Kitchen എന്ന ഗ്രന്ഥം ഓർക്കുക) ഉണ്ടാവണം. പ്രകൃതിക്കുമേൽ ചെയ്യുന്ന

പാതകങ്ങളെ സാന്ത്വനപ്പെടുത്തുവാനായിരിക്കണം സീത യെന്ന ഭൂമിദേവിയുടെ ഈ പ്രതിനിധാനം.

നമ്മുടെ ആതുരാലയത്തിന്റെ മുകളിലായി ഒരു വെള്ള ക്കൊടി പാറിപ്പറക്കണം. ഇന്ത്യയെന്ന ഭാരതം കലുഷമായ ആഗോളവ്യവസ്ഥയ്ക്ക് സമ്മാനിക്കുന്ന ശാന്തിയുടെ മഹാ മന്ത്രമായി. ത്യാഗത്തിന്റെയും സഹിഷ്ണുതയുടെയും സാഹോദര്യത്തിന്റെയും അടയാളമായി.

ഇത് തികഞ്ഞ രാഷ്ട്രീയബോധത്തിലേ സാധ്യമാകൂ."

(ജനശക്തി, 2019 നവംബർ 16–30)

കോൺഗ്രസ്സുൾപ്പെടെയുള്ള മുഖ്യധാരപാർട്ടികൾ കോടതിവിധിയെ സ്വാഗതം ചെയ്തു. ഭരണപക്ഷവും പ്രതിപക്ഷവും ഈ വിഷയം ഇവിടെ അവസാനിപ്പിക്കണമെന്നും സമാധാനത്തിന്റെ പാതയിലേക്ക് വരണ മെന്നുമാണ് ആഗ്രഹിക്കുന്നത്.

എ.ഐ.എം.ഐ.എം നേതാവായ ഒവൈസിയുടെ പ്രതികരണം മുസ്ലീ ങ്ങൾ ദരിദ്രരാണ്, പക്ഷേ അഞ്ചേക്കർ സ്ഥലം വാങ്ങാനും പള്ളി പണിയാനും ഞങ്ങൾക്ക് പണം ശേഖരിക്കാം, നിങ്ങളുടെ കാരുണ്യം ഞങ്ങൾക്ക് ആവശ്യമില്ല എന്നായിരുന്നു.

(എ.എൻ.ഐ. വാർത്താ ഏജൻസി)

വി.എച്ച്.പി.യുടെ ആവശ്യം ഇതായിരുന്നു. "അയോധ്യയിൽ നിർമ്മി ക്കുന്ന പള്ളിക്ക് എ.പി.ജെ അബ്ദുൾ കലാമിന്റെ പേരിടണം. ബാബ റുടെ പേര് നല്കരുത്. ബാബർ വിദേശത്തുനിന്ന് എത്തിയ ഭരണാധി കാരിയാണ്. പുതിയ പള്ളിക്ക് അദ്ദേഹത്തിന്റെ പേര് നല്കരുത്. ഇക്കാര്യം കേന്ദ്രസർക്കാരിനോട് ആവശ്യപ്പെടും. ഇന്ത്യയിൽ തന്നെ നിരവധി നല്ല മുസ്ലീങ്ങളുണ്ട്. വീർ മുഹമ്മദ് ഹാമിദ്, അഷ്ഫറുള്ള ഖാൻ, എ.പി.ജെ. അബ്ദുൾ കലാം. രാജ്യത്തിന്റെ വികസനത്തിനും സമാധാനത്തിനും അവർ നല്കിയ പങ്ക് വളരെ വലുതാണ്. പുതിയ പള്ളി ഇവരിൽ ഒരാ ളുടെ പേരിലാകണം."

മോഹൻഭഗത് പറയുന്നതിതാണ്:

"ക്ഷേത്രം പണിയുന്നതിനായി ഭൂതകാലം മറന്ന് സമൂഹത്തിലെ എല്ലാവിഭാഗങ്ങളും ഒന്നിക്കണം. സുപ്രീംകോടതി വിധി വിജയമോ തോൽവിയോ ആയി എടുക്കരുത്. ഇന്ത്യൻ പൗരന്മാർ ഇന്ത്യൻ പൗര ന്മാരാണ്. ഹിന്ദുക്കളും മുസ്ലീമുകളുമല്ല. സമൂഹത്തിൽ സമാധാനവും ഐക്യവും കാത്തുസൂക്ഷിച്ചതിന് എല്ലാവരോടും നന്ദി പറയുകയാണ്. ഈ സ്ഥിതിഗതികൾ ഇങ്ങനെത്തന്നെ തുടരാൻ എല്ലാവരോടും അഭ്യർത്ഥിക്കുകയാണ്. മുമ്പ് നടന്ന കാര്യങ്ങളെല്ലാം മറന്ന് അയോധ്യ യിലെ രാമജന്മഭൂമിയിൽ മഹാക്ഷേത്രം പണിയാൻ നാമെല്ലാവരും ഒത്തു ചേരണം."

പരമോന്നത നീതിപീഠത്തിന്റെ തീരുമാനം അംഗീകരിക്കുന്നു വെന്നാണ് മുസ്ലീംലീഗ് പ്രതികരിച്ചത്. എന്നാൽ കോടതി വിധിച്ച അഞ്ചേക്കർ ഭൂമി ഏറ്റെടുക്കുന്നതിലും വിധി പുനഃപരിശോധിക്കാൻ ഹർജി നല്കുന്ന കാര്യത്തിലും കൂടുതൽ ചർച്ച ആവശ്യമാണെന്ന് അവർ പറയുന്നു.

എഴുത്തുകാരനും അധ്യാപകനും സാംസ്കാരികപ്രവർത്തകനുമായ എം.എൻ. കാരശ്ശേരി കോടതി വിധിക്കപ്പെട്ടശേഷം അതിനെ ഇങ്ങനെ വായിക്കുന്നു

"സ്വതന്ത്ര ഇന്ത്യയുടെ ചരിത്രം മതേതര രാഷ്ട്രത്തിന്റേതാണെങ്കിൽ അതിന്റെ ആ സ്വഭാവം നശിപ്പിക്കാൻ പ്രാരംഭഘട്ടം തൊട്ടേ ഹിന്ദുരാഷ്ട്രവാദികൾ ഉപയോഗിച്ചുപോന്ന പ്രതിരൂപമാണ് രാമജന്മഭൂമിക്ഷേത്രം. അത് രണ്ടുനിലയ്ക്ക് അവർ ഉപയോഗിച്ചു.

ഒന്ന്, 'മതം' ഇല്ലാതെ ജാതിപാരമ്പര്യങ്ങളിൽ പുലർന്നുപോന്ന ഇവിടത്തെ 'ഹിന്ദുസമുദായ'ത്തിന്റെ ഏകീകരണം ജാതിവിശ്വാസത്തിനപ്പുറം ഭക്തരായ എല്ലാ ഹിന്ദുക്കളുടേയും വികാരമായി രാമക്ഷേത്രം മാറി. ക്ഷേത്രം നിലനിന്നിരുന്നുവെങ്കിൽ അതിനകത്തേക്കോ അതിനു ചുറ്റുമുള്ള വഴികളിലേക്കോ പ്രവേശനം കിട്ടുമായിരുന്നില്ലാത്ത അവർണ്ണരുടെ പിൻമുറക്കാരാണ് ബാബർ പള്ളി പൊളിച്ചുകളഞ്ഞ കർസേവകരിൽ വലിയൊരു വിഭാഗം എന്നതുതന്നെ ഇപ്പറഞ്ഞതിന് തെളിവ്.

രണ്ട്, ഹിന്ദുരാഷ്ട്രീയത്തിന്റെ അപരമായി എന്നും പ്രതിഷ്ഠിക്കപ്പെട്ടുപോന്ന മുസ്ലീം സമൂഹത്തോടുള്ള പ്രതീകാത്മക പ്രതികാരനിർവ്വഹണം. മുസ്ലീം അധിനിവേശത്തിന്റേയും ഹിന്ദു സംസ്കാര ധ്വംസനത്തിന്റേയും കൃത്യമായ അടയാളമായി തർക്കമന്ദിരം ഉയർത്തി കാണിക്കപ്പെട്ടു.

സുപ്രീം കോടതി ഇതു സംബന്ധമായി പുറപ്പെടുവിച്ച പുതിയ വിധി (2019 നവംബർ 9) യിൽ പള്ളിയിലേക്ക് വിഗ്രഹങ്ങൾ കടത്തിയതും അത് പൊളിച്ചുകളഞ്ഞതും തെറ്റാണെന്ന് കണ്ടെത്തിയിട്ടുണ്ട്. പള്ളി ഏതോ കെട്ടിടത്തിന്റെ അവശിഷ്ടത്തിന് മുകളിലാണ് എന്നല്ലാതെ ക്ഷേത്രം തകർത്ത് അതിന് മുകളിലാണ് എന്നതിന് തെളിവില്ലെന്നും പറഞ്ഞിട്ടുണ്ട്. പക്ഷേ, ഈ തെറ്റുകൾക്ക് പരിഹാരമെന്തെന്ന് പറഞ്ഞിട്ടില്ല. രാമക്ഷേത്ര നിർമ്മിതി ഉടനെ ആരംഭിക്കണമെന്ന് ഉത്തരവായിട്ടുണ്ട്. നീതി ദേവത അന്ധയാണല്ലോ.

വസ്തുതകളെയും തെളിവുകളേയും ആധാരമായി തയ്യാറാക്കേണ്ട വിധിന്യായത്തിൽ വിശ്വാസാചാരങ്ങൾ ഇടം

പിടിച്ചുവെന്നത് ഇന്ത്യയിലെ രാഷ്ട്രീയ ജീവിതത്തിന്റെ ജീർണത തെളിയിച്ചുകാട്ടുന്നുണ്ട്. മതേതര രാഷ്ട്രത്തിൽനിന്ന് മതരാഷ്ട്രത്തിലേക്ക് വഴിമാറിക്കൊണ്ടിരിക്കുന്ന ഇന്ത്യൻ ജനാധിപത്യത്തിന്റെ ശിലാഫലകങ്ങളിലൊന്നായി ഈ വിധി ചരിത്രത്തിൽ ബാക്കിയാകും.

കണ്ണടച്ച് നീതി നടപ്പാക്കുന്ന തരത്തിലല്ല സുപ്രീം കോടതി പെരുമാറിയത്; പകരം മധ്യസ്ഥന്റെ മട്ടിലാണ്. അതു കൊണ്ടാണ് സമവായശ്രമത്തിന്റെ സ്വരം വിധിയിൽനിന്ന് ഉയർന്നുകേൾക്കുന്നത്. മുസ്ലീമുകൾക്ക് പള്ളി പണിയാൻ അഞ്ചേക്കർ കൊടുത്തല്ലോ.

ഏതായാലും പ്രശ്നം തീർന്നു. തീരുമല്ലോ. ഇനിയും ഈ കെട്ടിടത്തിന്റെ പേരിൽ തെരുവിൽ രക്തമൊഴുകില്ലല്ലോ. മതി, അതുമതി, ഏഴു പതിറ്റാണ്ടായി തുടർന്നുപോരുന്ന സംഘർഷത്തിന് പുതിയ രംഗവേദികൾ ഒരുങ്ങുകയില്ലല്ലോ. എന്റെ കണക്കിൽ ഇതൊരു വ്യാജപ്രശ്നമാണ്. പ്രശ്നമല്ലാത്ത ഒന്ന് പ്രശ്നമാണ് എന്നുപറഞ്ഞ് ഊതിവീർപ്പിച്ചത്. 1949 മുതൽ 1986 വരെ മൂന്ന് പതിറ്റാണ്ട് ആരും അങ്ങോട്ട് ചെല്ലാഞ്ഞിട്ട് ഒരു വിഷയവും ഉണ്ടായില്ല എന്നോർക്കുക.

136 കോടി ആളുകൾ അധിവസിക്കുന്ന ഈ മഹാരാജ്യത്ത് ഭൂരിഭാഗം ജനങ്ങൾ ദാരിദ്ര്യരേഖയ്ക്ക് താഴെയാണ്. അവർക്ക് പശിയടങ്ങാനൊന്നും കിട്ടുന്നില്ല. പാർപ്പിടം കിട്ടുന്നില്ല... ചികിത്സ കിട്ടുന്നില്ല, വസ്ത്രം കിട്ടുന്നില്ല, വിദ്യ കിട്ടുന്നില്ല... ജാതി-മത ഭേദങ്ങളില്ലാതെ അവർ അവഗണിക്കപ്പെടുകയും കഷ്ടപ്പെടുകയും ചെയ്യുന്നു. അവരുടെ പ്രശ്നം ദേവാലയങ്ങളോ പരലോകങ്ങളോ അല്ല, നിത്യജീവിതത്തിലെ ദുരിതങ്ങളും നിർഭാഗ്യങ്ങളും ഇഹലോകപ്രയാസങ്ങളുമാണ്.

വിചാരം കൊണ്ടും വിവേകം കൊണ്ടും പരിഹരിക്കേണ്ട അത്തരം ജനകീയപ്രശ്നങ്ങളെ മറക്കാനും മറയ്ക്കാനും സഹായിക്കുന്ന വൈകാരികപ്രശ്നങ്ങൾ ചൂടാക്കി നിർത്തുന്ന ഈ തക്കിടിയെയാണ് വ്യാജപ്രശ്നം എന്നു വിളിക്കുന്നത്.

ഞാൻ ആവർത്തിക്കുന്നു: പ്രശ്നം തീർന്നു കിട്ടിയല്ലോ. മതി, നന്നായി. വെറുക്കാനും അറക്കാനും പ്രേരിപ്പിക്കുന്ന ഒരു വിഷയം ഇനിയില്ലല്ലോ. എല്ലാറ്റിലും വലുത് മനുഷ്യജീവനാണ്. അത് ഇല്ലാതാക്കിയാൽ തിരിച്ചുകൊടുക്കാൻ കഴിയില്ല.

ഈ വിധിയെ സംയമനത്തോടെ അംഗീകരിക്കുകയും കലാപത്തിന്റെ ഒറ്റപ്പെട്ട സ്വരംപോലും പുറപ്പെടുവിക്കാതിരി

ക്കുകയും ചെയ്ത 18 കോടി വരുന്ന ഇവിടുത്തെ മുസ്ലീം സമൂഹത്തെ ജനാധിപത്യവാദികൾ അനുമോദിക്കേണ്ട സന്ദർഭം ഇതാകുന്നു."

(മാതൃഭൂമി ദിനപത്രം - 2019 നവംബർ 16)

പ്രമുഖ രാഷ്ട്രീയ-സാമൂഹിക നിരീക്ഷകനും എഴുത്തുകാരനുമായ ഹമീദ് ചേന്ദമംഗലൂർ വിധിയെ വിലയിരുത്തുന്നത് മറ്റൊരു രീതിയിലാണ്.

1985 വരെ രാമജന്മഭൂമി - ബാബറി മസ്ജിദ് കേസ് ഒരു പ്രാദേശിക പ്രശ്നം മാത്രമായിരുന്നുവെന്നും അയോധ്യയ്ക്ക് പുറത്ത് അത് കാര്യമായ ചലനങ്ങൾ സൃഷ്ടിച്ചിരുന്നില്ല എന്നും അദ്ദേഹം വിലയിരുത്തുന്നു.

"1985 ഏപ്രിൽ 23-ന് സുപ്രീംകോടതി വിധി പറഞ്ഞ മറ്റൊരു കേസാണ് അയോധ്യാതർക്കം ദേശീയ ശ്രദ്ധയിലെത്താൻ നിമിത്തമായത്. ഷാബാനുബീഗം - അഹമ്മദ് ഖാൻ കേസ് എന്നറിയപ്പെടുന്ന പ്രസ്തുത നിയമവ്യവഹാരത്തിൽ, മുസ്ലിം വിവാഹമുക്തക്ക് ജീവനാംശം നല്കാൻ മുൻ ഭർത്താവ് ബാധ്യസ്ഥനാണെന്ന് പരമോന്നത നീതിപീഠം വിധിച്ചു. തികച്ചും പുരോഗമനപരവും അതിനാൽത്തന്നെ ശ്ലാഘനീയവുമായ വിധിതീർപ്പായിരുന്നു അത്. പക്ഷേ യാഥാസ്ഥിതിക മുസ്ലീം രാഷ്ട്രീയ മതസംഘടനങ്ങൾ വിധിക്കെതിരെ അക്രാമകമായി രംഗത്തുവന്നു. മുസ്ലീങ്ങളുടെ മതവിശ്വാസത്തിന്റെ ഭാഗമായ വ്യക്തിനിയമത്തിൽ (ശരിഅത്ത്) ഇടപെടാൻ കോടതിക്കധികാരമില്ലെന്നായിരുന്നു അവരുടെ വാദം. അന്ന് കേന്ദ്രം ഭരിച്ച കോൺഗ്രസ് (രാജീവ് ഗാന്ധി പ്രധാനമന്ത്രി) സർക്കാർ മുസ്ലീം പ്രീണനത്തിന്റെ ഭാഗമായി സുപ്രീംകോടതി വിധി മറികടക്കുന്നതിന് മുസ്ലീം വനിത ബിൽ കൊണ്ടുവന്നു.

അതോടുകൂടിയാണ് അതുവരെ അയോധ്യയിൽ ഒതുങ്ങിനിന്ന രാമജന്മഭൂമി-ബാബറി മസ്ജിദ് തർക്കം കൊടുമ്പിരി കൊള്ളാൻ തുടങ്ങിയതും ദേശീയ തലത്തിലേക്ക് പടർന്നതും. മുസ്ലീങ്ങളുടെ വിശ്വാസസംരക്ഷണത്തിന് സുപ്രീംകോടതി വിധി ദുർബലപ്പെടുത്താൻ കേന്ദ്ര സർക്കാർ മുന്നിട്ടിറങ്ങിയതോടെ ഹൈന്ദവ വലതുപക്ഷം രാമക്ഷേത്രനിർമ്മാണം ദേശീയ വിഷയമാക്കി മാറ്റി. മുസ്ലീം വർഗ്ഗീയ-മതമൗലിക കക്ഷികൾ ഷാബാനു ബീഗം വിധിക്കെതിരെ രാജവ്യാപകമായി രംഗത്തുവന്നിരുന്നില്ലെങ്കിൽ രാമജന്മഭൂമി ക്ഷേത്രത്തിന്റെ പേരിൽ വലിയതോതിൽ വർഗ്ഗീയവൽക്കരണം നടത്താൻ ഹിന്ദു സംഘടനകൾക്ക് സാധിക്കുമായിരുന്നില്ല എന്ന് നിരീക്ഷിക്കുന്നവരുണ്ട്. 1984 പാർലമെന്റ് തിരഞ്ഞെടുപ്പിൽ വെറും

രണ്ടു സീറ്റ് മാത്രം ലഭിച്ച ബി.ജെ.പി.ക്ക് അടുത്ത തിരഞ്ഞെടുപ്പിൽ 182 സീറ്റിലേക്ക് കുതിച്ചുയരാൻ സാധിച്ചതിനുപിന്നിൽ പ്രവർത്തിച്ച ഘടകങ്ങൾ ഷാബാനു വിധിക്കെതിരെ മുസ്ലീം വലതുപക്ഷം നയിച്ച പ്രക്ഷോഭവും അവരുടെ സമ്മർദ്ദങ്ങൾക്ക് വഴങ്ങി രാജീവ് ഗാന്ധി സർക്കാർ സ്വീകരിച്ച മതേതര മൂല്യവിരുദ്ധ നിലപാടുമാണ്.

വിശ്വഹിന്ദു പരിഷത്തിനും ആർ.എസ്.എസിനും ബി.ജെ.പി.ക്കും സമാന സംഘടനകൾക്കും രാമക്ഷേത്ര നിർമ്മാണം എന്ന മുദ്രാവാക്യവുമായി മുന്നോട്ടുപോകാനും മുമ്പൊരിക്കലുമില്ലാത്തവിധം രാഷ്ട്രീയസ്വാധീനം വർദ്ധിപ്പിക്കാനും സാധിച്ചപ്പോഴാണ് 1992 ഡിസംബർ 6-ന് ബാബറി മസ്ജിദ് തകർക്കപ്പെട്ടത്. ആ സംഭവം കഴിഞ്ഞ് 27 വർഷങ്ങൾക്കു ശേഷം മന്ദിർ-മസ്ജിദ് കേസിൽ സുപ്രീംകോടതിയുടെ അഞ്ചംഗ ഭരണഘടനാബെഞ്ച് നവംബർ 9-ന് ഏകകണ്ഠമായി വിധി പ്രസ്താവിച്ചു.

രാജ്യത്തെ ഒരു പ്രമുഖ ഇംഗ്ലീഷ് പത്രം അതിന്റെ എഡിറ്റോറിയലിൽ വ്യക്തമാക്കിയതുപോലെ നീതിപീഠം മറ്റെല്ലാത്തിലുമുപരി സമാധാനത്തിനും സാമുദായിക സാമഞ്ജസ്യത്തിനും ഊന്നൽ നല്കിയ വിധിന്യായമാണിത്. എന്നുവെച്ചാൽ നിയമപരമായ കൃത്യത എന്നതിനേക്കാൾ കോടതി കണക്കിലെടുത്തത് സാമുദായിക അശാന്തിയുടേയും സംഘർഷങ്ങളുടേയും ലഘൂകരണമാണ്.

1949 ഡിസംബർ 22-ന് മസ്ജിദിൽ രാമവിഗ്രഹം സ്ഥാപിച്ചതും 1992 ഡിസംബർ 6-ന് മസ്ജിദ് പൊളിച്ചതും അതിനീചമായ നിയമലംഘനമായിരുന്നു എന്നത്രെ കോടതിയുടെ വിലയിരുത്തൽ.

ഈ വിലയിരുത്തലും മസ്ജിദ് തകർക്കുക എന്ന കുറ്റകൃത്യം ചെയ്തവർക്ക് തന്നെ മസ്ജിദ് നിലനിന്ന സ്ഥലത്തിന്റെ ഉടമസ്ഥാവകാശം നല്കുക എന്നതും തമ്മിലുള്ള പൊരുത്തക്കേടിലേക്ക് ഇതിനകം പലരും വിരൽ ചൂണ്ടിയിട്ടുണ്ട്. 1992 ൽ കർസേവക്കാർ പള്ളി പൊളിച്ചില്ലായിരുന്നുവെങ്കിൽ ഇപ്പോഴത്തെ കോടതിവിധിപ്രകാരം പള്ളി പൊളിക്കേണ്ടിവരുമായിരുന്നു എന്ന വസ്തുത നിലനില്ക്കുന്നു. കർസേവകർ പള്ളി പൊളിച്ചത് നിയമം സ്വയം കൈയിലെടുത്താണെന്നും കോടതി നിയമവിധേയമായി അത് ചെയ്യാൻ ഭരണാധികാരികളോട് നിർദ്ദേശിക്കുകയാണ് ചെയ്യുക എന്നും

വാദിക്കാവുന്നതാണ്. 1528-ൽ പണിത പള്ളിയുടെ 1857 വരെയുള്ള കാലത്തെ കൈവശാവകാശമോ അതിനുശേഷമുള്ള കൈവശാവകാശമോ പൂർണ്ണ രൂപത്തിൽ തെളിയിക്കാൻ മുസ്ലീം കക്ഷികൾക്ക് സാധിക്കാത്തതിനാലും തർക്കസ്ഥലം ഹിന്ദുക്കൾക്ക് അവകാശപ്പെടുത്തണമെന്നത്രെ കോടതിയുടെ നിരീക്ഷണം. എന്നാൽ ക്ഷേത്രം പൊളിച്ചാണ് ബാബറി പള്ളി നിർമ്മിച്ചതെന്ന സംഘപരിവാർ വാദം നീതിപീഠം അംഗീകരിച്ചിട്ടില്ല.

തുടരെ 40 ദിവസം വാദം കേട്ടശേഷം സുപ്രീം കോടതി പുറപ്പെടുവിച്ച 1045 പേജ് വരുന്ന വിധിയിൽ, ഒ.പി. ജിൻഡൽ ഗ്ലോബൽ യൂണിവേഴ്സിറ്റിയിൽ അധ്യാപകനായ സുകുമാർ മുരളീധരൻ ചൂണ്ടിക്കാട്ടിയതുപോലെ 'ഹിന്ദു' എന്ന പദം 1062 തവണയും 'മുസ്ലീം' എന്ന പദം 549 തവണയും കടന്നുവരുന്നുണ്ട്. എന്നാൽ 'പൗരൻ' എന്ന പദം വരുന്നത് 14 തവണ മാത്രം. മതവിശ്വാസത്തിന് പ്രാമുഖ്യം നല്കപ്പെട്ട വിധിയിൽ മതേതരനായ പൗരൻ അവഗണിക്കപ്പെട്ടിരിക്കുകയാണ്. ഒരു മതേതര രാഷ്ട്രത്തിൽ തർക്കപരിഹാരവിഷയത്തിൽ മത വിഭാഗങ്ങളുടെ വിശ്വാസത്തിന് അമിത പരിഗണന നല്കാൻ പോയാൽ ഭരണഘടനയുടെ അന്തസ്സത്തയെന്നു വിശേഷിപ്പിക്കേണ്ട മതേതര മൂല്യങ്ങൾ കശാപ്പ് ചെയ്യപ്പെടാൻ സാധ്യതയില്ലേ എന്ന കാര്യം ഗൗരവപൂർവ്വം പരിചിന്തനത്തിന് വിഷയീഭവിക്കേണ്ടതാണ്.

അയോധ്യ കേസിലെ വിധി തീർപ്പിൽ ഹിന്ദുക്കളുടെ മത വിശ്വാസത്തിന് ലഭിച്ച പരിഗണന ഭാവിയിൽ മറ്റു മതവിഭാഗങ്ങൾ ഉപയോഗിക്കാനുള്ള സാധ്യത തള്ളിക്കളഞ്ഞുകൂട. ഉദാഹരണത്തിന് 1985-ൽ ഷാബാനു വിധിയുടെ കാലത്തെന്നപോലെ മുസ്ലീം വ്യക്തി നിയമങ്ങൾ (ശരീ അത്ത്) തങ്ങളുടെ മതവിശ്വാസത്തിന്റെ അവിഭക്താംശമാണെന്നും അതിൽ ലിംഗ നീതിയുമായോ മറ്റേതെങ്കിലും ഘടകത്തിന്റേയോ പേരിൽ ഭേദഗതി വരുത്തിക്കൂടെന്നുമുള്ള നിലപാട് മുസ്ലീം സംഘടനകൾ വരും നാളുകളിൽ സ്വീകരിച്ചുകൂടായ്കയില്ല. അങ്ങനെ വന്നാൽ കോടതികൾക്ക് ലിംഗസമത്വം ഉൾപ്പെടെയുള്ള ഭരണഘടനാപരവും മതേതരവുമായ മൂല്യങ്ങൾക്കനുസൃതമായി തീരുമാനങ്ങളെടുക്കാൻ സാധിക്കുമോ?

1994-ൽ എസ്.ആർ.ബൊമ്മെ കേസിലെ വിധിയിൽ ഒമ്പതംഗ ഭരണഘടനാബഞ്ച് പറഞ്ഞത് രാഷ്ട്രം മതത്തിൽനിന്ന് പൂർണ്ണമായി വേറിട്ട് നില്ക്കണമെന്നാണ്. രാഷ്ട്രം ഏതെങ്കിലും പ്രത്യേക മതത്തോട് അടുപ്പമോ വിരോധമോ

പുലർത്താൻ പാടില്ല. മതങ്ങളുടെ കാര്യത്തിൽ നിഷ്പക്ഷത യാണ് രാഷ്ട്രം അനുവർത്തിക്കേണ്ടത്. ഈ തത്ത്വം മതേതര കോടതികൾക്കും ബാധകമാണ്. അത് കൈവിട്ട് പ്രത്യേക മതത്തിന്റെ വിശ്വാസപരമായ താത്പര്യങ്ങൾ ജനഹിത ത്തിന്റെ പേരിൽ സംരക്ഷിക്കാൻ കോടതികൾ മുതിർന്നുകൂടെ ന്നർത്ഥം.

അയോധ്യ കേസിൽ പൂർണ്ണ നീതി ഉറപ്പുവരുത്തുക എന്ന ഉദ്ദേശ്യത്തോടെ പരമോന്നത ന്യായപീഠം ഭരണഘടനയിലെ 142-ാം വകുപ്പ് പ്രയോജനപ്പെടുത്തിയിട്ടുണ്ട്. ആ വകുപ്പിന്റെ പിൻബലത്തിലാണ് അയോധ്യ നഗരത്തിൽ അഞ്ചേക്കർ സ്ഥലം സുന്നി വഖഫ് ബോർഡ് എന്ന മുസ്ലീം കക്ഷിക്ക് നല്കണമെന്ന് കോടതി നിർദ്ദേശിച്ചത്. അത് നല്ല കാര്യം തന്നെ. പക്ഷേ സമാധാനത്തിന്റേയും സാമുദായിക മൈത്രി യുടേയും അന്തരീക്ഷം ഉറപ്പാക്കുന്നതിൽ താത്പര്യമുള്ള നീതിപീഠം ഭാവിയിൽ രാമജന്മഭൂമി-ബാബറി മസ്ജിദ് വിവാദം പോലുള്ള വർഗ്ഗീയ വികാരം ആളിക്കത്തിക്കാൻ പര്യാപ്ത മായ തർക്കങ്ങൾ ഇല്ലാതാക്കുന്നതിന് 142-ാം വകുപ്പ് ഉപയോഗ പ്പെടുത്തിക്കാണുന്നില്ല. കാശ്മീരിലെ വിശ്വനാഥക്ഷേത്രവും മധുരയിലെ കൃഷ്ണക്ഷേത്രവും സംബന്ധിച്ച് തർക്കങ്ങൾ ദീർഘനാളായി നിലവിലുണ്ട്. വിശ്വഹിന്ദുപരിഷത്താകട്ടെ മുവ്വാ യിരത്തോളം പള്ളികളുടെ മേൽ അവകാശവാദമുന്നയിച്ചിട്ടു ണ്ടെന്ന വസ്തുതയും നിലനില്ക്കുന്നു. മധ്യകാലത്ത് നിർമ്മിക്കപ്പെട്ട ഇത്തരം മുസ്ലീം ദേവാലങ്ങളുടെ മേലുള്ള ഹിന്ദു വലതുപക്ഷത്തിന്റെ അവകാശവാദങ്ങൾക്ക് പഴുത് നിഷേധിക്കാൻ മേൽപ്പറഞ്ഞ വകുപ്പ് കോടതിക്ക് ഉപയോഗി ക്കാമായിരുന്നില്ലേ എന്നു ചോദിക്കുന്നവരുണ്ട്. 'ദ ഇന്ത്യാ ഫോറ'ത്തിന്റെ പത്രാധിപർ മോഹൻ റെഡ്ഡിയെ പോലുള്ള വർ അക്കൂട്ടത്തിൽപെടുന്നു. അങ്ങനെ ചെയ്തിരുന്നുവെങ്കിൽ ഇനിയുള്ള നാളുകളിൽ ക്ഷേത്രം പള്ളിതർക്കങ്ങളും അവ യുപയോഗിച്ച് ഇരുപക്ഷവും നടത്തുന്ന വർഗ്ഗീയവത്കരണവും ഒഴിവാക്കാൻ അതുപകരിച്ചേനേ എന്ന നിരീക്ഷണം അസ്ഥാന ത്തല്ല."

(കലാകൗമുദി - 2019 നവംബർ 17-24, 2307)

കാതലായ പ്രശ്നങ്ങളിലേക്കാണ് ഹമീദ് ചേന്ദമംഗലൂർ ശ്രദ്ധ തിരിച്ചു വിട്ടിരിക്കുന്നത്. തികച്ചും മതേതര കാഴ്ചപ്പാട് ഇതിലുണ്ട്. ഇനി സി.പി.ഐ. നേതാവും രാഷ്ട്രീയ ചിന്തകനും സാംസ്കാരിക പ്രവർത്ത കനുമായ രാജാജി മാത്യു തോമസിന്റെ അഭിപ്രായം.

"1528-ൽ ബാബറുടെ ജനറൽമാരിൽ ഒരാളാണ് അയോധ്യയിലെ മസ്ജിദ് നിർമ്മിച്ചതെന്ന് സുപ്രീംകോടതി വിധി വിലയിരുത്തുന്നു.

1857 വരെ അത് മുസ്ലീങ്ങളുടെ കൈവശമായിരുന്നു എന്ന വസ്തുതയും കോടതി ചോദ്യം ചെയ്യുന്നില്ല. എന്നാൽ അതേ കോടതി തന്നെ അവിടെ നമാസ് അനുഷ്ഠിച്ചിരുന്നുവെന്നതിന് മതിയായ തെളിവ് ഹാജരാക്കുന്നതിൽ മുസ്ലീങ്ങൾ പരാജയപ്പെട്ടതായി പറയുന്നത് വിചിത്രവും പരസ്പര വിരുദ്ധവുമാണ്. മുസ്ലീങ്ങളുടെ കൈവശം ഉണ്ടായിരുന്ന മസ്ജിദിൽ 1857-നു മുമ്പ് നമാസ് അനുഷ്ഠിച്ചിരുന്നുവെന്നതിന് ദൃക്സാക്ഷികളെ ഹാജരാക്കാൻ ആവില്ലല്ലോ. 1857-ലെ ഒന്നാം സ്വാതന്ത്ര്യസമരകാലത്ത് അന്നത്തെ അവധ് രാജ്യത്തെ രേഖകളെല്ലാം നശിപ്പിക്കപ്പെട്ടു എന്നത് അനിഷേധ്യമായ ചരിത്രവസ്തുതയാണ്. അതുകൊണ്ടുതന്നെ ബാബറി മസ്ജിദിൽ 1528-1857 കാലയളവിൽ നമാസ് നടത്തിയിരുന്നുവെന്നതിന് തെളിവില്ലെന്ന കോടതിയുടെ വ്യാഖ്യാനം വിധിയെപ്പറ്റി കോടതിക്കുണ്ടായിരുന്ന മുൻവിധിയിലേക്കാണ് വിരൽ ചൂണ്ടുന്നത്. വിധി എന്തായിരിക്കുമെന്ന് മുൻകൂട്ടി നിശ്ചയിച്ച് അതിനനുസരിച്ച് വാദഗതികൾ നിരത്തുകയാണ് കോടതി ചെയ്തതെന്ന് കരുതുന്നതിൽ തെറ്റില്ല."

(ജനശക്തി, നവംബർ 2019, 16-30)

എഴുത്തുകാരനും ജന്മഭൂമി പത്രത്തിന്റെ മുൻപത്രാധിപരുമായ കെവിയെസ് ഹരിദാസ് മറ്റൊരുവിധത്തിൽ നോക്കിക്കാണുന്നു.

> ".....വേറൊരു മതത്തിന്റെ നേതൃത്വത്തിലുള്ള ആക്രമണത്തിന്റെ ചിഹ്നം എന്ന മട്ടിലായിരുന്നില്ല, മറിച്ച് വിദേശാധിപത്യത്തിന്റെ നാണക്കേട് എന്ന നിലയ്ക്കാണ് രാമജന്മഭൂമി പ്രശ്നത്തെ കണ്ടിരുന്നതെങ്കിൽ പരിഹാരം വളരെക്കാലത്തിനുമുമ്പേ ഉണ്ടാകുമായിരുന്നു. ഇവിടെ ചരിത്ര യാഥാർത്ഥ്യങ്ങൾ വളച്ചൊടിക്കപ്പെട്ടതും രാഷ്ട്രീയവൽക്കരിക്കാൻ ശ്രമിച്ചതുമൊക്കെ വിനയായി. നമുക്ക് സ്വാതന്ത്ര്യം ലഭിച്ച 1947-ൽ തന്നെ സോമനാഥക്ഷേത്രം പുനർനിർമ്മിക്കാൻ സർദാർ പട്ടേൽ മുൻകൈയെടുത്തത് അത് മഹാക്ഷേത്രം ആയതുകൊണ്ടുമാത്രമല്ല, വിദേശാക്രമണത്തിന്റെ നാണം കെട്ട അധ്യായത്തിന് തിരുത്തൽ വേണമെന്ന വാശികൊണ്ടുകൂടിയായിരുന്നല്ലോ. ഗാന്ധിജിയും രാജേന്ദ്രപ്രസാദുമൊക്കെ ഇക്കാര്യത്തിൽ പട്ടേലിനോടൊപ്പമുണ്ടായിരുന്നുതാനും.
>
> അയോധ്യയിലാണ് ശ്രീരാമൻ ജനിച്ചത് എന്നത് ഇന്ത്യക്കാരുടെ - ഹിന്ദുക്കളുടെ രൂഢമൂലമായിട്ടുള്ള വിശ്വാസമാണ്. അത് അംഗീകരിക്കാതെ ഇന്ത്യയ്ക്ക് മുന്നോട്ടു പോകാനേ കഴിയുമായിരുന്നില്ല. ആ വിശ്വാസം നിരാകരിക്കപ്പെട്ടാൽ ഇന്ത്യക്കാർക്ക് ദീപാവലി ആഘോഷിക്കാനാവുമോ? 'രാമായണം' എന്ന ഇതിഹാസഗ്രന്ഥത്തിന് പ്രസക്തിയുണ്ടാകുമോ? അതൊക്കെ അയോധ്യയുമായും രാമജന്മഭൂമിയുമായും ശ്രീരാമനുമായും ബന്ധപ്പെട്ടതല്ലേ.

ഒരു വിദേശ അക്രമി ക്ഷേത്രം തകർത്തു എന്നും അതിനു ശേഷമാണ് അവിടെ ഒരു മുസ്ലീം നിർമ്മിതി ഉണ്ടായത് എന്നുമുള്ള ചരിത്ര യാഥാർത്ഥ്യം സമ്മതിക്കാതിരിക്കാനുള്ള കുറച്ചു പേരുടെ ദുർവാശിയാണ് യഥാർത്ഥത്തിൽ പ്രശ്നത്തെ ഈ നിലയ്ക്കെത്തിച്ചത്. ഇന്ത്യയിലെ മുസ്ലീം ജനത മുഴുവൻ ഇക്കാര്യത്തിൽ ഹിന്ദു സഹോദരങ്ങളുടെ വിശ്വാസ പ്രമാണങ്ങൾക്ക് എതിരായിരുന്നു എന്നൊന്നും പറഞ്ഞുകൂടാ, ചിന്തിച്ചും കൂടാ. അത് ഏതാനും ചിലർ ചേർന്ന് സൃഷ്ടിച്ച വിവാദമാണ്. അത് കത്തിപ്പടർന്നപ്പോൾ ചരിത്രയാഥാർത്ഥ്യങ്ങൾ അറിയാത്തവർ പിന്നാലെ കൂടി. മക്ക മുസ്ലീങ്ങൾക്ക് എങ്ങനെയാണോ അതുപോലെയാണ് അയോധ്യയും രാമജന്മഭൂമിയും ഹിന്ദുക്കൾക്ക് എന്നത് തിരിച്ചറിഞ്ഞിരുന്നുവെങ്കിൽ ഈ വിഷയം ഈ നിലയ്ക്കൊന്നും എത്തുമായിരുന്നില്ലല്ലോ.

ഇനി എന്താണ് ഈ വിധിന്യായത്തിലെ പ്രധാന വിലയിരുത്തലുകൾ, നിരീക്ഷണങ്ങൾ എന്നത് നോക്കൂ. ഹിന്ദു പക്ഷത്തുനിന്നുള്ള ഏറ്റവും പ്രധാനവാദം അത് രാമജന്മഭൂമിയാണ്, അവിടെ വേണ്ടത് ശ്രീരാമക്ഷേത്രമാണ് എന്നതാണ്. അത് അംഗീകരിക്കപ്പെട്ടു. അയോധ്യയിലെ തർക്കസ്ഥലം രാമജന്മഭൂമിയാണ് എന്നതാണ് ജനങ്ങളുടെ വിശ്വാസം എന്നു പറഞ്ഞുകൊണ്ടുതന്നെയാണ് കോടതി അക്കാര്യം അംഗീകരിക്കുന്നത്. വേറൊന്ന്, അതേ സ്ഥലം തങ്ങളുടെ അധീനതയിലായിരുന്നുവെന്ന സുന്നി വഖഫ് ബോർഡിന്റെ വാദഗതിയാണ്. എന്നാൽ, തർക്കമന്ദിരം ഉണ്ടാക്കിയതുമുതൽ അത് തങ്ങളുടെ അധീനതയിലായിരുന്നുവെന്ന് തെളിയിക്കാൻ അവർക്കായില്ല.

മറ്റൊന്ന്, ശ്രദ്ധിക്കേണ്ടത് ഈശ്വരൻ അല്ലെങ്കിൽ ഒരു ക്ഷേത്രത്തിലെ വിഗ്രഹം മൈനർ ആണ് എന്ന ഇന്ത്യൻ നീതിന്യായ സങ്കല്പമാണ്. ബ്രിട്ടീഷ് കാലഘട്ടം മുതൽ ക്ഷേത്രസ്വത്തുക്കളുടേയും മറ്റും കാര്യത്തിൽ നമ്മുടെ കോടതികൾ സ്വീകരിച്ചുവരുന്ന നിലപാട് അങ്ങനെയാണ്. അതാവട്ടെ നല്ല ഉദ്ദേശ്യത്തോടെയുള്ളതായിരുന്നു. ക്ഷേത്രസ്വത്തുക്കൾ സംരക്ഷിക്കാൻ അതാണ് നല്ല മാർഗ്ഗം എന്നതുമോർക്കുക. അവിടെ വിഗ്രഹം ഉണ്ടായിരുന്നാലും ഇല്ലെങ്കിലും അത് വിഗ്രഹത്തിന്റെ, ഈശ്വരന്റെ സ്വത്താണ് എന്നും അത് മറ്റാർക്കെങ്കിലും കൈമാറാനോ വില്ക്കാനോ മറ്റാർക്കെങ്കിലും എടുക്കാനോ അവകാശമില്ല എന്നതുമായ പ്രഖ്യാപിത നിയമവ്യവസ്ഥ ഇവിടെ അംഗീകരിക്കപ്പെട്ടു.

മറ്റൊന്ന് ചരിത്രാവശിഷ്ടങ്ങളുടെ വിലയിരുത്തലാണ്. ആർക്കിയോളജിക്കൽ സർവ്വേ ഓഫ് ഇന്ത്യ (എ.എസ്.ഐ.) നടത്തിയ ഉത്ഖനനം ഇവിടെ സുപ്രധാനമായി. ഇതൊരു

വസ്തുതർക്കമായിരുന്നു എങ്കിലും അതിൽ ചരിത്രാവശിഷ്ട പഠനം കൂടി ഉൾക്കൊള്ളിക്കാൻ തയ്യാറായി എന്നതാണ് സംശയലേശമെന്യേ തീർപ്പ് കല്പിക്കാൻ കോടതിയെ സഹായിച്ചത്. അവിടെ ഉണ്ടായിരുന്നത് രാമക്ഷേത്രമാണ് എന്നൊന്നും എ.എസ്.ഐ. പറഞ്ഞിട്ടില്ല എന്നതിൽ കാര്യമില്ല. രാമക്ഷേത്രമാണോ അവിടെ ഉണ്ടായിരുന്നത് എന്ന് പരിശോധിക്കാനല്ലല്ലോ അവരെ നിയോഗിച്ചത്. ഉത്ഖനനം നടത്തിയ പ്രഗത്ഭരൊക്കെ സാക്ഷ്യപ്പെടുത്തിയത് ക്ഷേത്രാവശിഷ്ടമാണ് അവിടെ കണ്ടത് എന്നതാണ്. ഇതു സംബന്ധിച്ച രേഖകൾ പ്രസിദ്ധീകരിക്കാൻ ഇനി കേന്ദ്ര സർക്കാർ തയ്യാറാവുമെന്നും സൂചനയുണ്ടല്ലോ.

അതൊക്കെക്കൊണ്ടാണ് ഇത് ചരിത്രവിധിയാവുന്നത്; അതിനെ മനസ്സിലേറ്റുന്നതിനൊപ്പം ഇത്തരം പ്രശ്നങ്ങൾ രാജ്യത്ത് ഉണ്ടായിക്കൂടാ എന്നതും എല്ലാ വിഭാഗങ്ങളും പ്രതിജ്ഞ ചെയ്യുന്നു എന്നതും എടുത്തു പറയേണ്ടതാണ്. ചരിത്രത്തിൽ തിരുത്തലുകൾ വേണമെന്ന് ചിന്തിക്കുന്നവർക്കു പോലും ഇക്കാര്യത്തിൽ യോജിപ്പുണ്ട് എന്നത് രാജ്യത്ത് മാറി വന്ന സംസ്കാരത്തെയാണ് സൂചിപ്പിക്കുന്നത്.

(മാതൃഭൂമി ദിനപ്പത്രം - 2019 നവംബർ 16)

കോടതിവിധിയുടെ പശ്ചാത്തലത്തിൽ സാംസ്കാരിക രാഷ്ട്രീയ നിരീക്ഷകനും അധ്യാപകനുമായ വി.പി. വാസുദേവൻ തന്റെ നാട്ടുജീവിതാനുഭവങ്ങളിൽനിന്നും ചില കാര്യങ്ങൾ പറയുന്നുണ്ട്. ഈ അവസരത്തിൽ അതറിയേണ്ടത് ആവശ്യവുമാണ്.

“1992-ൽ ബാബറി മസ്ജിദ് തകർക്കപ്പെട്ടപ്പോൾ ഏലംകുളത്തുകാരനായ, അന്ന് ജീവിച്ചിരിപ്പുണ്ടായിരുന്ന, ഇസ്ലാമിക രീതികളനുസരിച്ച് ജീവിച്ചുപോന്ന, ഇ.എം.എസ്സിന്റെ ആരാധകനും പരിചയക്കാരനുമായിരുന്ന 1947-48 കാലത്ത് മുസ്ലീംലീഗിന്റെ മണ്ഡലം സെക്രട്ടറിയും പിന്നീട് കമ്മ്യൂണിസ്റ്റ് അനുഭാവിയുമായിത്തീർന്ന വീരാൻകുട്ടി മൊല്ല എന്ന ഞങ്ങളുടെയൊക്കെ മൊല്ലാക്ക പറഞ്ഞു: “കോടതി ഇടപെട്ടോ സർക്കാർ സ്ഥലം ഏറ്റെടുത്തോ കാര്യം പരിഹരിച്ചാൽ മതിയായിരുന്നു. ഈ പിടിച്ചുപറിയും അടിച്ചുതകർക്കലും ഇല്ലാതെ സൗഹാർദ്ദത്തിലേക്ക് കാര്യം തീർക്കേണ്ടിയിരുന്നു.” അന്നത്തെ പ്രധാനമന്ത്രി നരസിംഹറാവുവും ഹിന്ദുത്വ വർഗ്ഗീയക്കാരുമായി രഹസ്യ ഇടപാടുണ്ടെന്നും മൊല്ലാക്ക വിശ്വസിച്ചിരുന്നു. പക്ഷേ അദ്ദേഹത്തിന്റെ വാക്കുകളിൽ മതസൗഹാർദ്ദം പുലർന്നു കാണാനുള്ള ദാഹവും അക്കാര്യത്തിൽ വിട്ടുവീഴ്ച ചെയ്യാനുള്ള ഒരുക്കവുമുണ്ടായിരുന്നു. ആ വാക്കുകളിലെ ടോൺ ഉൾക്കൊണ്ടുകൊണ്ടാണ് ഇന്ത്യൻ പൊതുസമൂഹത്തിന് ഈ ചരിത്രസന്ദർഭത്തിലുള്ള സവിശേഷമായ ബാധ്യതയെപ്പറ്റി, കടമയെപ്പറ്റി ഇവിടെ സൂചിപ്പിക്കുന്നത്.

വി.പി. വാസുദേവൻ മറ്റൊരു സംഭവവും വിവരിക്കുന്നു. "മലപ്പുറം നേർച്ചയ്ക്കാസ്പദമായ മലപ്പുറം പള്ളിയുടെ കഥ ഉദാഹരണമാണ്. മാലിക് ദീനാർ സ്ഥാപിച്ചതെന്ന് കരുതപ്പെടുന്ന ആ പള്ളി ഏകദേശം 600 കൊല്ലം മുമ്പ് അവിടുത്തെ നാടുവാഴിയുടെ സൈന്യം തകർക്കുകയുണ്ടായി. എന്നാൽ പിന്നീടുണ്ടായ ഒത്തുതീർപ്പിന്റെ ഫലമായി ആദ്യമുണ്ടായിരുന്ന പള്ളിയേക്കാൾ മനോഹരമായ ഒരു പള്ളി നാടുവാഴി തന്നെ (പാറനമ്പി) അവിടെ പണികഴിപ്പിച്ചു. ആദ്യത്തെ പള്ളി തകർക്കാനെത്തിയ സൈന്യത്തെ നേരിട്ട് രക്തസാക്ഷിത്വം വരിച്ച 41 പേരെ ആദരിക്കുന്ന ചടങ്ങും അന്നുമുതൽ അവിടെ ആരംഭിച്ചു. മലപ്പുറം നേർച്ച. ഞാൻ കണ്ട നിലവിളക്കുകളിൽ ഏറ്റവും വലിയത് ഒരുപക്ഷേ മലപ്പുറം രക്തസാക്ഷി സ്മാരകത്തിലെ (യാറം) നിലവിളക്കായിരിക്കും. നേർച്ചക്കാലത്തും മറ്റും പലപ്പോഴും ആ നിലവിളക്കിൽ നാല്പത്തൊന്ന് തിരിയിട്ട് കത്തിക്കുന്ന പതിവുണ്ട്. ഓരോ തിരിയും ഓരോ രക്തസാക്ഷിക്ക്. അവിടെ നാല്പത്തിയൊന്ന് അട നിവേദിക്കുന്ന പതിവും ഉണ്ട്.

ഈ രക്തസാക്ഷികളിൽ രണ്ടുപേർ ഹിന്ദുക്കളാണ്. കുഞ്ഞൻ, കൃഷ്ണൻ എന്നുപേരായ രണ്ടു സഹോദരന്മാർ. അവർ പള്ളി രക്ഷിക്കാൻ പോയത് അവരുടെ ഉറ്റസുഹൃത്തും യോദ്ധാവുമായ രാക്കൻ പോക്കർ പോയതുകൊണ്ടാണ്. അവരുടെ സുഹൃത്തും മലപ്പുറം കിസ്സപ്പാട്ടിലെ വീരന്മാരുമായ പോക്കർ പള്ളി ആക്രമണത്തെ ചെറുക്കാനല്ലാതെ ഒരിക്കലും പള്ളിയിൽ പോകാറുണ്ടായിരുന്നില്ല. കാതിൽ കടുക്കനും കെട്ടിവെച്ച കുടുമയും ഉണ്ടായിരുന്നു. മലപ്പുറത്തെ ഒരയ്യർ മഠത്തിന്റെ അയ്യരാണ് (പാലക്കാട് കോട്ടയിൽനിന്ന് വന്ന് താമസിച്ചിരുന്ന ആൾ) പോക്കരെ പയറ്റുപഠിപ്പിച്ചത്. മിക്കവാറും ആ വീട്ടിൽ തന്നെ പോക്കർ കഴിഞ്ഞു. അയ്യരുടെ ഭാര്യ (അമ്മ്യാർ) പോക്കരെ സ്വന്തം മകനായിത്തന്നെയാണ് കരുതിയത്. സ്വന്തം മകൻ കടുക്കനിട്ടു നടക്കുന്നതും പയറ്റു പഠിക്കുന്നതും കൗതുകത്തോടെ നോക്കിക്കണ്ട വാപ്പയായിരുന്നു പോക്കർക്കുണ്ടായിരുന്നത്. ഒരിക്കൽ തന്റെ 'ചെക്കൻ' പയറ്റിലെ പരുന്തുരാക്കൻ വിദ്യ പ്രയോഗിക്കുന്നത് ആ പിതാവ് ഒളിഞ്ഞിരുന്നു കണ്ടു. അപ്പോഴാണ് അവനെ 'രാക്കൻ പോക്കർ' എന്നു വിളിച്ചത്. അതിനുശേഷം അതവന്റെ വിളിപ്പേരായി. പോക്കരുടെ കുടുംബം ഇപ്പോഴും മലപ്പുറത്തുണ്ട് (നരിപ്പറ്റ കപ്പൂർ എന്ന വീട്). അതിൽപ്പെട്ട ഹസൻ കപൂർ എന്ന ഒരാളെ ഈയിടെ ബാംഗ്ലൂരിൽവെച്ചു കണ്ടുമുട്ടി. അദ്ദേഹത്തിന് പക്ഷേ തന്റെ കുടുംബചരിത്രം അറിഞ്ഞുകൂടാ.

മലപ്പുറം നേർച്ച അന്ധവിശ്വാസമാണെന്നും അനിസ്ലാമികമാണെന്നുമുള്ള ചില അഭിപ്രായങ്ങൾ അടുത്തകാലത്ത് പൊന്തിവന്നിട്ടുണ്ട്. യഥാർത്ഥത്തിൽ ഈ നേർച്ച ഇല്ലായിരുന്നുവെങ്കിൽ 'മലപ്പുറം കിസ്സ്' മോയിൻകുട്ടി വൈദ്യർ എഴുതുമായിരുന്നില്ല. അതില്ലെങ്കിൽ നമ്മളാരും ഈ ചരിത്രം അറിയുമായിരുന്നില്ല. ഈ ചരിത്രം അറിയുന്നതുകൊണ്ടാണ്,

രേഖപ്പെടുത്തി കിടക്കുന്നതുകൊണ്ടാണ് മലപ്പുറം പള്ളിയും അതിലെ ജാറവും നിലവിളക്കുമെല്ലാം ഇന്നും നിലനിൽക്കുന്നത്. ഈ ചരിത്രം ഓർമ്മിക്കുന്ന ചടങ്ങില്ലായിരുന്നുവെങ്കിൽ പള്ളിയുടെ മാതൃകയും നില വിളക്കും കണ്ട് അത് പഴയ അമ്പലം മാറ്റിയതാണെന്ന് വർഗ്ഗീയവാദി കൾ പറയുമായിരുന്നു. അതുകേട്ട് വിശ്വസിക്കാൻ ആളുകളുമുണ്ടാകു മായിരുന്നു. ഹിന്ദു-മുസ്ലീം ഐക്യത്തിന്റെ ഉത്സവമായിരുന്ന മലപ്പുറം നേർച്ച വർഗ്ഗീയത പ്രചരിപ്പിക്കുന്ന ചടങ്ങാണെന്നുപറഞ്ഞ് ബ്രിട്ടീഷ് ഗവൺമെന്റ് നിരോധിച്ചിരുന്നു. 1957-ൽ ഇ.എം.എസ്. സർക്കാരാണ് അത് രണ്ടാമത് തുടങ്ങിയത്."

യൂറോപ്യന്മാർ വരുന്നതിനുമുമ്പുള്ള കാലഘട്ടത്തിൽ ഹിന്ദു-മുസ്ലീം ബന്ധത്തിന്റെ സ്വഭാവം ഇതിൽനിന്നും വ്യക്തമാണ്. ഇങ്ങനെയുള്ള അനുഭവങ്ങളുടെ പശ്ചാത്തലം ഒട്ടേറെയുണ്ട് നമ്മുടെ നാട്ടിൽ. വാസു ദേവൻ തുടർന്ന് എഴുതുന്നു.

"മലപ്പുറം പള്ളിയിലെ പോലുള്ള നിരവധി സംഭവങ്ങൾ പ്രാദേശിക മായി പല ദിക്കിലും ഉണ്ടായിരിക്കാം. ഇതിലെത്തന്നെ പള്ളിതകർക്കൽ മതവിരുദ്ധ വികാരത്താലല്ലായിരുന്നുവെന്നും മുസ്ലീം കൃഷിക്കാരുടെ അഭി വൃദ്ധിയിൽ ചില പ്രമാണിമാർക്കുണ്ടായ അസൂയായിരുന്നുവെന്നും മോയിൻകുട്ടി വൈദ്യർ പറയുന്നുണ്ട്. ഇത്തരത്തിലുള്ള നിരവധി സംഭവ ങ്ങൾ ഇന്ത്യാരാജ്യത്തുടനീളം നിരന്തരം ഉണ്ടായിട്ടുണ്ടാവാം. അവയെല്ലാം തന്നെ പക്ഷേ നാട്ടിൻപുറത്തെ വഴക്കുകളും ലഹളകളുമായിരുന്നു. അവർക്ക് മതസ്വഭാവം വന്നുചേർന്നാലും പിന്നീട് അത് മതസൗഹാർദ്ദ ത്തിന്റെ അസ്ഥിവാരമിടുന്ന സംഭവമായിത്തീരുമായിരുന്നു. ഒരു ബഹുസ്വര സമൂഹത്തിന്റെ ചരിത്രത്തിലെ സുവർണ്ണാദ്ധ്യായങ്ങളായിട്ടാണ് ഓരോ സംഭവവും പര്യവസാനിച്ചിട്ടുള്ളത്. (ഇതിന്റെ ഏറ്റവും മഹനീയമായ പ്രതീകാത്മകതയാണ് അയ്യപ്പൻ വാവർമിത്തിൽ പ്രതിഫലിക്കുന്നത്.) ആ പാരമ്പര്യം അറിയാവുന്നതിനാലാണ് അയോധ്യയിൽ 1949-നു മുമ്പ് എത്ര പ്രകോപനമുണ്ടായിട്ടും ഒരനിഷ്ടസംഭവവും ഉണ്ടാകാതിരുന്നത്. 1949-ൽ വിഗ്രഹം പള്ളിക്കുള്ളിൽ വെച്ചശേഷവും അവിടെ സൗഹാർദ്ദം പുലർന്നത്. വിഗ്രഹം അവിടെ സംരക്ഷിക്കപ്പെട്ടത്.

എന്നാൽ 1992 ലെ പള്ളി തകർക്കൽ ഈ മതപരമായ സന്മനസ്സി ന്റേയും സൗഹാർദ്ദത്തിന്റേയുംമേൽ കരിനിഴൽ വീഴ്ത്തുകയായിരുന്നു. ഹിന്ദു തീവ്രവാദികളുടെ ആ കടുംകൈ മുസ്ലീം തീവ്രവാദികൾക്ക് അവ സരം നല്കുകയായിരുന്നു."

(ജനശക്തി - 2019 നവംബർ 16-30)

കോടതി തീർപ്പിൽ ചരിത്രപണ്ഡിതനായ കെ.എൻ. പണിക്കർ പറ യുന്നതിതാണ്.

> "ഇന്ത്യയുടെ രാഷ്ട്രീയ വികാരത്തിന്റെ കേന്ദ്രബിന്ദു കുറേ കാലങ്ങളായി രാമജന്മഭൂമിയുടെ അടിസ്ഥാനത്തിലായി രുന്നു. ഈ പ്രശ്നത്തിന് ഒരു പോംവഴി കാണാൻ ഔദ്യോഗിക

തലത്തിലും നീതിന്യായ തലത്തിലും ശ്രമങ്ങൾ നടന്നിരുന്നു വെങ്കിലും ഒരു ഊരാക്കുരുക്കായി നിലനില്ക്കുകയായിരുന്നു. അതുകൊണ്ടുതന്നെ സുപ്രീംകോടതി അയോദ്ധ്യാപ്രശ്നത്തിൽ ഒരു തീരുമാനത്തിൽ എത്തി എന്നത് സ്വാഗതാർഹമാണ്. കോടതിവിധി സ്വാഗതം ചെയ്യുമ്പോൾത്തന്നെ അതിൽ അപാകതകളുണ്ടെന്ന നിരീക്ഷണം അസ്ഥാനത്താകുകയില്ല.

തർക്കഭൂമിയിൽ ക്ഷേത്രാവശിഷ്ടങ്ങൾ കണ്ടെത്തിയെന്ന ആർക്കിയോളജിക്കൽ സർവ്വേ ഓഫ് ഇന്ത്യ (എ.എസ്.ഐ.) 2003-ലെ രണ്ടാം പര്യവേഷണത്തിന്റെ റിപ്പോർട്ട് ശരിവെച്ചിരിക്കുകയാണ്. ഇവിടെ എ.എസ്.ഐ.യുടെ അഭിപ്രായത്തിന് കോടതി അമിത പ്രാധാന്യം കൊടുത്തിരിക്കുന്നത് സംശയത്തിനിടവരുത്തുകയാണ്. അയോധ്യയിൽ ക്ഷേത്രാവശിഷ്ട മുണ്ടായിരുന്നുവെന്ന കാര്യത്തിൽ തർക്കമില്ല. പക്ഷേ, രാമക്ഷേത്രം ഉണ്ടായിരുന്നോ എന്നതിനെക്കുറിച്ച് അഭിപ്രായ വ്യത്യാസങ്ങൾ നിലനില്ക്കുകയാണ്.

ഈ കേസ് ആരംഭിക്കുന്നത് ഭൂമിവിഷയമായിട്ടാണെങ്കിലും മതവിശ്വാസത്തിൽ കെട്ടുപിണഞ്ഞ് സങ്കീർണ്ണമാവുകയായിരുന്നു. കോടതി തീരുമാനം ഭൂമി വിഷയത്തിൽ നില്ക്കേണ്ട താണെങ്കിലും മതവിശ്വാസത്തിലും കോടതി ശ്രദ്ധ കൊടുത്തതായി കാണാം. അതുകൊണ്ടാണ് വിധിയിൽ മുസ്ലീങ്ങൾക്ക് ഒരു ചെറിയ ആനുകൂല്യമെന്ന നിലയിൽ ഭൂമി പതിച്ചു നല്കാനുള്ള തീരുമാനം.

ഈ വിധിന്യായത്തിൽ ഏറ്റവും അസ്വീകാര്യമായ ഒരു കാര്യം ക്ഷേത്രനിർമ്മാണത്തിന് മൂന്നുമാസത്തിനുള്ളിൽ കേന്ദ്ര സർക്കാരിന്റെ നേതൃത്വത്തിൽ മൂന്നംഗട്രസ്റ്റ് രൂപീകരിക്കണമെന്നതാണ്. ഇന്ത്യൻ ഭരണകേന്ദ്രം ഒരു പ്രത്യേക മത വിഭാഗത്തിന്റെ പ്രവർത്തനങ്ങൾ ഏറ്റെടുക്കുകയെന്ന മതേതര വിരുദ്ധമായ കാഴ്ചപ്പാടാണ് ഇതിലുള്ളത്. സുപ്രീം കോടതിയുടെ ഭാഗത്തുനിന്ന് ഇത്തരം ഒരു സൂചന ഇന്ത്യൻ ഭരണ കൂടത്തിന് കൊടുക്കുന്നത് നിർഭാഗ്യകരമായ അവസ്ഥയാണ്.

ബാബറി മസ്ജിദ് തകർന്നപ്പോൾ ഇന്ത്യയുടെ മതേതരത്വത്തിനേറ്റ ഏറ്റവും വലിയ തിരിച്ചടിയായാണ് എല്ലാവരും കണ്ടത്. അന്നുമുതൽ രൂക്ഷമായി വളർന്നുവന്ന വർഗ്ഗീയ അവബോധത്തെ തടയാൻ ഈ പ്രശ്നം മതേതരമായ പോംവഴിയിലൂടെ പരിഹരിക്കാൻ സാധിക്കണമായിരുന്നു. അതിനായി പലരും നിർദ്ദേശിച്ച പോംവഴി അയോധ്യയിലെ തർക്കഭൂമിയിൽ ഒരു മതേതരസ്ഥാപനം സൃഷ്ടിക്കുകയെന്നതായിരുന്നു. അങ്ങനെയൊരു കാഴ്ചപ്പാട് സുപ്രീംകോടതി കൈക്കൊണ്ടിരുന്നുവെങ്കിൽ തർക്കഭൂമി ഹിന്ദുക്കൾക്കോ മുസ്ലീങ്ങൾക്കോ

കൊടുക്കാതെ രാഷ്ട്രത്തിനു സമർപ്പിക്കാൻ സാധിക്കുമായിരുന്നു. അത്തരമൊരു തീരുമാനമെടുക്കാൻ സുപ്രീംകോടതിക്ക് മാത്രമേ കഴിയുമായിരുന്നുള്ളൂ. ഇന്ത്യൻ മതേതരത്വത്തെ മുന്നോട്ടുകൊണ്ടുപോകാനുള്ള ഒരു വലിയ അവസരമാണ് സുപ്രീംകോടതി നഷ്ടപ്പെടുത്തിയത്.”

(ദേശാഭിമാനി ദിനപത്രം - 2019 നവംബർ 10)

എന്റെ മതം - ഗാന്ധിജി

“...... രാഷ്ട്രീയം ഇന്ന് നമ്മെ പാമ്പിനെപ്പോലെ കെട്ടിവരിഞ്ഞിരിക്കുകയാണ്. എത്ര ശ്രമിച്ചാലും നമുക്കതിൽനിന്ന് രക്ഷപ്പെടാനാവില്ല. അതുകൊണ്ട് ആ പാമ്പുമായി മല്ലടിക്കുവാൻ തന്നെയാണ് ഞാൻ ആഗ്രഹിക്കുന്നത്. 1894 മുതൽ ഞാനത് ബോധപൂർവ്വം ചെയ്യുന്നുണ്ട്. എനിക്കിപ്പോൾ മനസ്സിലാകുന്നു. വിവേചനശേഷി എന്നിൽ അങ്കുരിച്ച നിമിഷം മുതൽ ഞാനത് ചെയ്യുന്നുണ്ട്. വിചാരഹീനമായി, എനിക്കുചുറ്റും ഓലിയിടുന്ന, മുക്രയിടുന്ന കൊടുങ്കാറ്റിന്റെ മധ്യത്തിൽ ശാന്തിയോടെ പൊറുക്കണമെന്ന സ്വാർത്ഥമോഹം എന്നിലുണ്ട്. അതിനായിമാത്രം രാഷ്ട്രീയത്തിൽ സ്വയം എന്നെ സന്നിവേശിപ്പിച്ച് എന്നേയും സ്നേഹിതരേയും പരീക്ഷണവിധേയമാക്കുകയാണ് ഞാൻ. മതമെന്നതുകൊണ്ട് ഞാനെന്താണ് അർത്ഥമാക്കുന്നതെന്ന് വിശദീകരിക്കാം. അതു ഹിന്ദുമതമല്ല. ഹിന്ദുമതത്തെ ഞാൻ മൂല്യവത്തായി കരുതുന്നുണ്ടെങ്കിലും ഹിന്ദുമതത്തേയും അധഃകരിക്കുന്നതാണ് എന്റെ മതം. അതൊരുവന്റെ പ്രകൃതിയെത്തന്നെ മാറ്റുന്നു. അതവനെ സത്യവുമായി പൊക്കിൾക്കൊടിപ്പോലെ ബന്ധിപ്പിക്കുന്നു. എന്നെന്നും നവീകരിക്കുന്നു. അത് മനുഷ്യപ്രകൃതിയിലെ അനശ്വര ധാതുവാണ്. അതതിന്റെ പൂർണ്ണ പ്രകാശത്തിലെത്തുന്നതുവരെ, അതിന്റെ യഥാർത്ഥ സ്രഷ്ടാവിനെ കണ്ടെത്തുന്നതുവരെ, സ്രഷ്ടാവുമായി സംവാദത്തിലേർപ്പെടുംവരെ അസ്വസ്ഥമാണ്.

(ഗാന്ധി : Gandhi Essential Writings)

മെയ് 12, 1920 - വി.വി. രമണമൂർത്തി എഡി.

■

സരയൂതീരത്തെ അയോധ്യയിൽ

രാമജന്മഭൂമി-ബാബറി മസ്ജിദ് കേസിൽ സുപ്രീംകോടതി വിധി പറയുമ്പോൾ അയോധ്യ ശാന്തമായിരുന്നു. വിധി വന്ന ശനിയാഴ്ചയ്ക്കു മുമ്പുവരെയുള്ള ദിവസങ്ങളിൽ തീർത്ഥാടകരുടെ തിരക്കായിരുന്നു. വിദേശീയരും സ്വദേശീയരുമായ ധാരാളം ജനങ്ങളെ ആകർഷിക്കുന്ന, വൈകാരികമായി ഉൾക്കൊണ്ട ഒരു തീർത്ഥാടനകേന്ദ്രം. അയോധ്യയ്ക്ക് പുറത്ത് ഒട്ടേറെ സംഘർഷങ്ങൾക്ക് കാരണമായ കേസിന്റെ വിധിക്കായി ലോകജനത കാതോർത്തിരിക്കുമ്പോൾ, അയോധ്യയിൽ അതീവ ജാഗ്രതയും നിശ്ശബ്ദതയുമായിരുന്നു. പുറത്ത് ആയുധധാരികളും അല്ലാത്ത വരുമായ സൈനികർ. രാംലല്ലയും കർസേവപുരവും ഹനുമാൻ ഗഢിയും ദ്രുതകർമ്മസേനയുടെ നിയന്ത്രണത്തിൽ. എങ്ങും സുരക്ഷാഭടന്മാരും സുരക്ഷാവാഹനങ്ങളും മാത്രം. ശാന്തിക്കും സമാധാനത്തിനും വേണ്ടിയുള്ള കവചത്തിനുള്ളിലായിരുന്നു ലോകശ്രദ്ധയുള്ള അയോധ്യ.

സുപ്രീംകോടതിവിധിയുടെ വാർത്തകൾക്കുവേണ്ടി ജനം ആകാംക്ഷയിൽ ടി.വി.യ്ക്കുമുന്നിലും മൊബൈൽ സ്ക്രീനിനുമുമ്പിലും. 10.30ന് സുപ്രീംകോടതി ചരിത്രപ്രധാന വിധി പ്രസ്താവിച്ചു. വിധി വന്നതോടെ ജയ്ശ്രീറാം വിളികളുയർന്നു. അയോധ്യാനഗരത്തിലെ കച്ചവടക്കാർക്ക് ആശ്വാസവും സന്തോഷവുമാണുണ്ടായത്. കാരണം, തർക്കങ്ങൾ നടക്കുമ്പോൾ അടഞ്ഞുപോകുന്നത് അവരുടെ കടകളാണ്, അവരുടെ സ്വപ്നങ്ങളാണ്; അവരുടെ ജീവിതമാർഗ്ഗമാണ് പ്രതിസന്ധിയിലാവുന്നത്.

അവരുടെ അഭിപ്രായത്തിൽ ആശ്വാസം നിഴലിക്കുന്നു. "അയോധ്യ എന്നാൽ യുദ്ധമില്ലാത്ത ഇടമാണ്. അയോധ്യയുടെ പേരിൽ പലരും പോരടിക്കുമ്പോഴും ഇവിടെ ഹിന്ദുക്കളും മുസ്ലീങ്ങളും ഒരുമിച്ചാണ് നീങ്ങുന്നത്. തർക്കത്തിന്റെ പേരിൽ ഇനി കടകൾ അടച്ചിടേണ്ടിവരില്ലല്ലോ."

ബാബറി മസ്ജിദ് - രാമജന്മഭൂമി വിഷയം മതനിരപേക്ഷ ഇന്ത്യൻ ജനതയ്ക്ക് ഒരു അനുഭവമാണ്. ചരിത്രവും വിശ്വാസവും വൈകാരികതയും പൗരാണികതയുമെല്ലാം കൂടിക്കുഴഞ്ഞ് അതിസങ്കീർണ്ണമായ ഒരു വിഷയം. പലപ്പോഴും അത് അപരിഹാര്യമെന്ന് തീർപ്പെഴുതി. ഇഴ

പിരിച്ചെടുക്കാനാകാത്ത സങ്കീർണ്ണപ്രശ്നങ്ങൾ. സംഘർഷങ്ങളുടെ ഉറങ്ങാത്ത രാവുകൾ. സംഘട്ടനങ്ങളുടെ നീണ്ട പരമ്പര. ഇന്ത്യ എന്ന ബഹുസ്വര സങ്കല്പം തന്നെ തകരുന്നുവോ എന്ന ആശങ്ക. പരസ്പര വിശ്വാസവും സൗഹൃദവും പിളർന്നുപോകുന്ന കാഴ്ചകൾ. ശാന്തിയും സമാധാനവും കാംക്ഷിക്കുന്ന ജനതയുടെ ആത്മസംഘർഷങ്ങൾ. ഇതിന്റെയെല്ലാം ഫലമായി സാമൂഹികവും സാമ്പത്തികവുമായ പ്രതിസന്ധികൾ. ഐക്യമില്ലായ്മയിൽ പരാജയപ്പെടുന്ന ജീവിതങ്ങൾ.

ഈയൊരു പശ്ചാത്തലത്തിലാണ് കോടതി വിധി വരുന്നത്. ഇന്ത്യൻ ജനങ്ങളിൽ ഇതെങ്ങനെ പ്രതിഫലിക്കുമെന്ന് അറിയാൻ കാത്തിരിക്കുക തന്നെ വേണം. ഇപ്പോൾ പ്രതിസന്ധികൾക്ക് അയവുണ്ട്. ജീവിതത്തിന് ആശ്വാസമുണ്ട്. ഈ തീർപ്പിൽ അതിരുവിട്ട് ആഘോഷിക്കുകയോ സങ്കടപ്പെടുകയോ ചെയ്യേണ്ടതില്ല. "ഇത് ആരുടെയെങ്കിലും വിജയമോ പരാജയമോ" എന്ന് തർക്കിച്ചാൽ പ്രതിസന്ധികളുണ്ടാകും; പ്രശ്നം സങ്കീർണ്ണവും തീവ്രവൈകാരികവും രൂക്ഷവുമാകും.

സരയൂനദിയുടെ നിതാന്തസഞ്ചാരവും അതിന്റെ തീരത്തിലെ ജീവിതങ്ങളും സംഘർഷമുക്തമായി ശാന്തിയിലേക്കെത്തട്ടെ. ∎

തർക്കം

ഉത്തർപ്രദേശിലെ അയോധ്യയിൽ ഏകദേശം 500 വർഷത്തിനടുത്ത് പഴക്കം കണക്കാക്കുന്ന ആരാധനാലയമാണ് ബാബറി മസ്ജിദ് എന്ന പേരിൽ അറിയപ്പെടുന്ന 'തർക്കമന്ദിരം'. 16-ാം നൂറ്റാണ്ടിൽ ഇന്ത്യയിലെ ആദ്യ മുഗൾ ചക്രവർത്തിയായ ബാബർ പണികഴിപ്പിച്ചു എന്ന് കരുതപ്പെടുന്നു. ബാബറി മസ്ജിദ് ഹൈന്ദവരുടെ ആരാധനാമൂർത്തിയായ ശ്രീരാമന്റെ ജന്മസ്ഥലത്ത് ഉണ്ടായിരുന്ന ക്ഷേത്രം മസ്ജിദായി പരിവർത്തിപ്പിക്കപ്പെട്ടതാണെന്ന ഒരു വിശ്വാസം പ്രബലമായി നിലവിലുണ്ട്. ഇക്കാരണത്താലുള്ള തർക്കംമൂലം ആരാധനാലയം ഏറെക്കാലം അടച്ചിട്ടിരിക്കുകയായിരുന്നു. തർക്കം നിയമത്തിനുമുമ്പിൽ പരിഹാരമാവാതെ കിടക്കുകയായിരുന്നതിനാൽ 'തർക്കമന്ദിരം' എന്ന വാക്കാണ് ഈ ആരാധനാലയത്തെക്കുറിച്ച് പരാമർശിക്കുവാൻ ഉപയോഗിച്ചിരുന്നത്.

1940-നുമുമ്പ് 'മസ്ജിദ് - ഇ - ജന്മസ്ഥാൻ' എന്നായിരുന്നു അറിയപ്പെട്ടിരുന്നത്. യു.പി.യിലെ ഏറ്റവും വലിയ പള്ളികളിലൊന്നായിരുന്ന ഇത് ബാബറുടെ നിർദ്ദേശപ്രകാരം ഒരു രാമക്ഷേത്രം തകർത്താണ് ബാബറിന്റെ ഉദ്യോഗസ്ഥനായ മിർബകി നിർമ്മിച്ചത് എന്ന് ബ്രിട്ടീഷ് ഓഫീസർ എച്ച്.ആർ. നെവിൻ റിപ്പോർട്ട് നല്കിയിട്ടുണ്ട്.

തർക്കത്തിൽ ആദ്യമായി രേഖപ്പെടുത്തിയ ഹിന്ദു-മുസ്ലീം ലഹള നടന്നത് 1853-ൽ നവാബ് വാജിദ് അലിഷായുടെ ഭരണകാലത്താണ്. ഹിന്ദുക്കളിലെ ഒരു വിഭാഗമായ നിർമ്മോഹി അഖാഡെ, ഈ മന്ദിരം ക്ഷേത്രം തകർത്ത സ്ഥലത്താണ് ഇരിക്കുന്നത് എന്ന് അവകാശപ്പെട്ടു. അക്രമങ്ങൾ ഇടയ്ക്കിടയ്ക്ക് ഇതോടനുബന്ധിച്ച് ഉണ്ടായതിനെ തുടർന്ന് അന്നത്തെ ഭരണകൂടം അവിടെ ക്ഷേത്രം പണിയാനും ആരാധനക്കും വിലക്ക് ഏർപ്പെടുത്തി.

1905-ൽ ഫൈസാബാദിലെ ജില്ലാ ഗസറ്ററുടെ അഭിപ്രായപ്രകാരം 1855 വരെ ഹിന്ദുക്കളും മുസ്ലീങ്ങളും ഈ മന്ദിരത്തിൽ ആരാധന നടത്തിയിരുന്നു. എന്നാൽ 1857 മുതൽ മന്ദിരത്തിന്റെ മുൻഭാഗം മറയ്ക്കുകയും ഹിന്ദുക്കൾക്ക് ഉള്ളിലേക്ക് പ്രവേശനം നിരോധിക്കുകയും ഹിന്ദുക്കൾ മന്ദിരത്തിന്റെ വെളിയിൽ മുൻഭാഗത്തായി ഒരു തറയിൽ ആരാധന

തുടരുകയും ചെയ്തു. 1883-ൽ ഹിന്ദുക്കൾ ആരാധന നടത്തിയിരുന്ന തറയിൽ ക്ഷേത്രം പണിയാനുള്ള ശ്രമം ആരംഭിച്ചെങ്കിലും 1885-ൽ ഡെപ്യൂട്ടി കമ്മീഷണർ തടഞ്ഞു. ഒരു ഹിന്ദു പണ്ഡിതൻ ആയിരുന്ന രഘുബീർദാസ് ഫൈസാബാദ് സബ് ജഡ്ജിന്റെ സമക്ഷം 17 x 21 അടി വലിപ്പത്തിൽ ക്ഷേത്രം നിർമ്മിക്കാൻ അനുവദിക്കണമെന്ന് കേസ് കൊടുത്തെങ്കിലും അത് അനുവദിച്ചില്ല. 1886-ൽ വീണ്ടും കേസ് കൊടുത്തെങ്കിലും സ്ഥലം പരിശോധിച്ചശേഷം ഫൈസാബാദ് ജില്ലാ ജഡ്ജ് അപ്പീൽ തള്ളി. ആ വർഷം തന്നെ മറ്റൊരു അപ്പീൽ കൊടുത്തു. ജുഡീഷ്യൽ കമ്മീഷണർ ഡബ്ല്യൂ യോംഗ് അതും തള്ളി. അതോടെ ഹിന്ദുക്കളുടെ ആദ്യഘട്ട നിയമപോരാട്ടം അവസാനിച്ചു.

1934-ലെ വർഗ്ഗീയ കലാപത്തിൽ മന്ദിരത്തിന്റെ ചുറ്റുമതിലിനും ഒരു മിനാരത്തിലും കേടുവരുത്തിയെങ്കിലും ബ്രിട്ടീഷ് സർക്കാർ കേടുപാടുകൾ പരിഹരിച്ചു. തർക്കമന്ദിരത്തിനടുത്ത് സുന്നി വഖഫ് ബോർഡിന്റെ കീഴിൽ ഗൻജ് ഇ. ശഹീദൻ എന്ന പേരിലറിയപ്പെടുന്ന ഖബർ സ്ഥാനം രജിസ്റ്റർ ചെയ്തിരുന്നു. സുന്നി വഖഫ് ബോർഡിന്റെ ഫോർഡ് ഇൻ 1949-ൽ രേഖപ്പെടുത്തിയ റിപ്പോർട്ടിൽ മുസ്ലിം കക്ഷിക്ക് നേരിടേണ്ടി വന്നിരുന്ന എതിർപ്പുകളെക്കുറിച്ച് ഇങ്ങനെ പറയുന്നു,

"ഏതെങ്കിലും മുസ്ലീങ്ങൾ മസ്ജിദിന്റെ അടുത്തേക്ക് പോയാൽ ഒച്ചവെയ്ക്കുകയും പേരുകൾ വിളിക്കുകയും ചെയ്യുമായിരുന്നു... എന്നോട് ആളുകൾ ഹിന്ദുക്കളിൽനിന്ന് മസ്ജിദിന് ഭീഷണി ഉണ്ടെന്ന് പറഞ്ഞു... പ്രാർത്ഥനയ്ക്കു വന്നവരെ അടുത്തുള്ള വീടുകളിൽനിന്നും ചെരുപ്പുകളും കല്ലുകളും എറിയുമായിരുന്നു. ഭയത്താൽ മുസ്ലീങ്ങൾ ഒന്നും മിണ്ടില്ലായിരുന്നു. ലോഹിയ, രഘുദാസിനെ കാണുകയും അദ്ദേഹം ഒരു വിവരണം നല്കുകയും ചെയ്തു... ഖബർസ്ഥാനത്തിന് കേടുവരുത്തരുത്... സന്ന്യാസിമാർ പറയുന്നത് മന്ദിരം ശ്രീരാമഭൂമിയാണെന്നും അതുകൊണ്ട് ഞങ്ങൾക്ക് വിട്ടുതരണമെന്നുമാണ്... ഞാൻ അയോധ്യയിൽ ഒരു രാത്രി ചെലവഴിച്ചിരുന്നു. സന്ന്യാസിമാർ മന്ദിരം കയ്യടക്കിയിരിക്കുകയും ചെയ്തിരുന്നു."

ബാബറി മസ്ജിദ് തകർത്തതിനുശേഷം ഇന്ത്യയിലെ മതവാദികളും (പ്രത്യേകിച്ച് ഹിന്ദു-മുസ്ലീം മതവിശ്വാസികൾ) മതേതരവാദികളും വളരെയധികം ആശങ്കയോടെയാണ് ജീവിച്ചുപോന്നത്. സംഘർഷാത്മക മനസ്സായിരുന്നു അവരുടേത്. സാഹോദര്യ-സൗഹാർദ്ദ മനോനിലയ്ക്ക് മാറ്റം വന്നു. എല്ലാം സംശയത്തോടെ കാണുകയും വിലയിരുത്തുകയും ചെയ്യുന്ന അവസ്ഥ വന്നു. ഭരണാധികാരികളും ഇതിൽനിന്നു ഭിന്നമായിരുന്നില്ല.

1992 ഡിസംബർ 6-ലെ ആ സംഭവവും തുടർന്ന് ഉണ്ടായ കലാപവും ഇന്ത്യൻ ജനതയുടെ മനസ്സിലെ മാഞ്ഞുപോകാത്ത അടയാളമാണ്. ബാബറി മസ്ജിദ് ധ്വംസനവും അയോധ്യയിലുണ്ടായ കലാപവും

അന്വേഷിക്കാൻ പ്രധാനമന്ത്രി നരസിംഹറാവുവിന്റെ നേതൃത്വത്തിലുള്ള സർക്കാർ ഒരു കമ്മീഷൻ രൂപവൽക്കരിച്ചു. മുൻ ഹൈക്കോടതി ജസ്റ്റിസ് എം.എസ്. ലിബർഹാനായിരുന്നു അതിന്റെ അധ്യക്ഷൻ. മൂന്നുമാസത്തിനുള്ളിൽ റിപ്പോർട്ട് സമർപ്പിക്കണമെന്ന ധാരണയാണുണ്ടായിരുന്നത്. 1992 ഡിസംബർ 17-നാണ് കമ്മീഷൻ രൂപീകരിച്ചത്. 2004 ജൂൺ 30നു കമ്മീഷൻ റിപ്പോർട്ട് പ്രധാനമന്ത്രി ഡോ. മൻമോഹൻസിംഗിന് സമർപ്പിച്ചു. ഈ കാലപരിധിക്കുള്ളിൽ 399 സിറ്റിങ്ങുകൾ നടത്തിയാണ് 1029 പേജുള്ള റിപ്പോർട്ട് സമർപ്പിച്ചത്. 2009 നവംബർ 23ന് മാധ്യമങ്ങൾക്ക് കിട്ടിയ റിപ്പോർട്ട് എരിയുന്ന സംവാദങ്ങൾക്ക് വിധേയമായി. 2009 നവംബർ 24ന് ലിബർഹാൻ കമ്മീഷൻ റിപ്പോർട്ടും (Report of the Liberhan Ayodhya Commission of Inquiry) പതിമൂന്നുപേജുള്ള നടപടി റിപ്പോർട്ടും (Action Taken Report) ആഭ്യന്തരവകുപ്പുമന്ത്രി പി. ചിദംബരം പാർലമെന്റിന്റെ മേശപ്പുറത്ത് വെച്ചു. ലോകസഭയിൽ ബഹളമുണ്ടായി. സഭാനടപടികൾ നിർത്തിവെക്കുകവരെ ചെയ്തു. പാർലമെന്റിൽ വെക്കുന്നതിനു മുമ്പ് റിപ്പോർട്ട് ചോർന്നതായി ആരോപണമുണ്ടായി. മസ്ജിദ് ധ്വംസനത്തിന്റെ മുഖ്യസൂത്രധാരകരായി രാഷ്ട്രീയ സ്വയം സേവക് സംഘിനെയാണ് റിപ്പോർട്ടിൽ അന്വേഷിച്ച് വിലയിരുത്തി പറയുന്നത്. ബാബറി മസ്ജിദ് തകർക്കപ്പെടുന്ന കാലത്ത് കേന്ദ്രം ഭരിച്ചിരുന്ന നരസിംഹറാവു സർക്കാരിനെ കുറ്റവിമുക്തമാക്കുന്ന റിപ്പോർട്ട് മുസ്ലിം സംഘടനകളുടെ നിലപാടുകളേയും വിമർശിക്കുന്നു. 1992 ഡിസംബർ 6-ന് അയോധ്യയിൽ നടന്ന സംഭവങ്ങൾ സ്വയമേവ ഉണ്ടായതോ ആസൂത്രിതമല്ലാത്തതോ അല്ല എന്നാണ് റിപ്പോർട്ടിലുള്ളത്.

രഹസ്യാന്വേഷണ ഏജൻസിയായ ഇന്റലിജന്റ്സ് ബ്യൂറോയുടെ ഉദ്യോഗസ്ഥനായിരുന്ന കൃഷ്ണധർ 2005-ൽ എഴുതിയ പുസ്തകത്തിൽ തർക്കമന്ദിരം തകർക്കൽ പത്തുമാസം മുമ്പേ ആർ.എസ്.എസ്., വി.എച്ച്.പി., ബി.ജെ.പി. നേതാക്കൾ ആസൂത്രണം ചെയ്തിരുന്നുവെന്നും അന്നത്തെ പ്രധാനമന്ത്രിയായിരുന്ന നരസിംഹറാവു ഇത് കൈകാര്യം ചെയ്ത രീതി ചോദ്യങ്ങൾ ഉയർത്തുന്നു എന്നും പറയുന്നു. താൻ സംഘപരിവാറിന്റേയും ബി.ജെ.പി.യുടേയും കൂടിക്കാഴ്ച ചിത്രീകരിച്ചിരുന്നുവെന്നും അതിൽനിന്ന് ഡിസംബറിൽ നടക്കാനുള്ള തകർക്കൽ മനസ്സിലാക്കാമായിരുന്നുവെന്നും അദ്ദേഹം പറയുന്നുണ്ട്. ഈ ടേപ്പ് പിന്നീട് ഉയർന്ന അധികാരിക്ക് കൈമാറുകയും അതിലെ ഉള്ളടക്കം പ്രധാനമന്ത്രിയും ആഭ്യന്തരമന്ത്രിയും അറിഞ്ഞിട്ടുണ്ടാവുമെന്നും അദ്ദേഹം അവകാശപ്പെടുന്നു. അയോധ്യയിലെ സംഭവം നിശ്ശബ്ദമായ ഒരു രാഷ്ട്രീയ മുതലെടുപ്പിനായി ഉപയോഗിച്ചു എന്നും ലേഖകൻ പറയുന്നു.

ബി.ജെ.പി. സർക്കാരിന്റെ ഭരണകാലത്ത് ബി.ജെ.പി.യുടെ മുതിർന്ന നേതാക്കളായ എൽ.കെ. അദ്വാനി, രാജ്നാഥ് സിംഗ് എന്നിവർക്കെതിരെ സി.ബി.ഐ. ഗൂഢാലോചനക്കുറ്റം ചുമത്തിയില്ലെന്ന് ആരോപിച്ച് 2015 മാർച്ചിൽ സുപ്രീംകോടതിയിൽ ഒരു ഹർജി ഫയൽ ചെയ്തു. അതിൽ

അപ്പീൽ സമർപ്പിക്കുന്നതിലെ കാലതാമസം വിശദീകരിക്കാൻ സി.ബി. ഐ.യോട് ആവശ്യപ്പെട്ടു. 2017 ഏപ്രിലിൽ സി.ബി.ഐ. പ്രത്യേക കോടതി എൽ.കെ. അദ്വാനി, മുരളീ മനോഹർ ജോഷി, ഉമാഭാരതി, വിനയ് കത്യാർ തുടങ്ങി നിരവധി നേതാക്കൾക്കെതിരെ ക്രിമിനൽ ഗൂഢാലോചനക്കുറ്റം ചുമത്തി.

ബാബറി മസ്ജിദ് ധ്വംസനം - മാധ്യമ റിപ്പോർട്ട്

1992 ഡിസംബർ 6ന് നടന്ന ബാബറി മസ്ജിദ് തകർക്കൽ വലിയ പ്രത്യാഘാതങ്ങളുണ്ടാക്കി. വി.എച്ച്.പി.യും ബി.ജെ.പി.യും 1,50,000 കർ സേവക് പ്രവർത്തകരെ പങ്കെടുപ്പിച്ചുകൊണ്ട് ഒരു റാലി സംഘടിപ്പിച്ചു. ഇതിൽ ബി.ജെ.പി. നേതാക്കൾ എൽ.കെ. അദ്വാനി, മുരളി മനോഹർ ജോഷി, ഉമാഭാരതി എന്നിവരുടെ പ്രസംഗങ്ങളും ഉണ്ടായിരുന്നു. റാലി യുടെ ആദ്യ മണിക്കൂറുകളിൽതന്നെ ജനക്കൂട്ടം അസ്വസ്ഥരായിരുന്നു. മുദ്രാവാക്യങ്ങൾ ഉയർന്നു. അക്രമം മുന്നിൽ കണ്ട് പൊലീസ് കെട്ടിട ത്തിനുചുറ്റും സംരക്ഷണം തീർത്തിരുന്നു. ഉച്ചയോടെ ഒരു യുവാവ് കുങ്കുമ പതാകയുമായി ഈ സുരക്ഷാവലയം മറികടന്ന് കെട്ടിടത്തിൽ കയറി. പിന്നീട് മന്ദിരം തകർത്തു. ഇതൊരു സിഗ്നലായി ജനക്കൂട്ടം കണ്ടു. ആൾക്കൂട്ടം മഴു, ചുറ്റിക, കൊളുത്ത് എന്നിവ കരുതിയിരുന്നു. റാലി അക്രമാസക്തമായി. ജനം സുരക്ഷാസേനയെ കീഴടക്കി പള്ളി തകർത്തു. അന്വേഷണ കമ്മീഷനെ വെച്ചും പൊലീസ് കേസ്സെടുത്തും കണ്ടെത്തിയത് ബി.ജെ.പി.യുടേയും വി.എച്ച്.പി.യുടേയും 68 പേർ ഉത്ത രവാദികളാണെന്നാണ്.

പൊളിച്ചുമാറ്റിയതിന്റെ ഇന്ത്യയിലുണ്ടായ ഫലം ഹിന്ദു-മുസ്ലീം സമുദായങ്ങൾ തമ്മിൽ മാസങ്ങളോളമുള്ള കലാപമായിരുന്നു. രണ്ടായിരത്തോളം പേരെങ്കിലും മരിച്ചതായാണ് കണക്കാക്കുന്നത്. ഇതിന്റെ അനന്തരഫലം പാക്കിസ്ഥാനിലേയും ബംഗ്ലാദേശിലേയും ഹിന്ദുക്കൾക്കെതിരായി പ്രതികാര അതിക്രമങ്ങൾ നടന്നു എന്നതാണ്.

അലഹാബാദ് കോടതിവിധി

2010 സെപ്തംബർ 30ലെ അലഹാബാദ് ഹൈക്കോടതിയുടെ ലഖ്നോ ബഞ്ചിന്റെ വിധിക്ക് ചരിത്ര പ്രാധാന്യമുണ്ട്. 2400 ചതുരശ്ര അടി വിസ്തീർണ്ണമുള്ള ബാബറി മസ്ജിദ് ഉൾപ്പെട്ടിരുന്ന സർക്കാർ ഭൂമി കേസിലെ കക്ഷികളായിരുന്ന മൂന്നു വിഭാഗക്കാർക്കും തുല്യമായി വീതിക്കണമെന്നായിരുന്നു ആ വിധി. രാമക്ഷേത്രം തകർത്താണ് പള്ളി നിർമ്മിച്ചതെന്നും അതിനാൽ പള്ളിയുടെ ഭൂമി ഹിന്ദുക്കൾക്ക് വിട്ടുകൊടുക്കണമെന്നും വിധിയിൽ വ്യക്തമാക്കി. രാമവിഗ്രഹം പ്രതിഷ്ഠിച്ച ഭാഗം രാംലല്ലയ്ക്കും സീതാ രസോയി നിന്നിരുന്ന ഭാഗം നിർമ്മോഹി അഖാഡെയ്ക്കും മൂന്നാം ഭാഗം സുന്നി വഖഫ് ബോർഡിനും (www.timesnew.tv/disport-ayodhya-site-to-be-divided-into-3-parts/articleshow/4355050.cms). എന്നാൽ ഈ വിധി സുപ്രീം കോടതി 2011 മെയ് 8ന് റദ്ദാക്കി. സ്ഥലം വീതിച്ചു നല്കാൻ കക്ഷികൾ ആവശ്യപ്പെട്ടിട്ടില്ല എന്നു ചൂണ്ടിക്കാണിച്ചായിരുന്നു സ്റ്റേ നല്കിയത്.

■

ധ്വംസനത്തിന്റെ അനന്തരഫലം

ബാബറി മസ്ജിദിന്റെ തകർക്കലിനുശേഷം സ്വാഭാവികമായി, മുസ്ലീം ജനത പ്രകോപിതരായി. ഹിന്ദുക്കളും മുസ്ലീങ്ങളും തമ്മിൽ ചിലയിടങ്ങളിൽ സംഘർഷങ്ങളുണ്ടായി. വീടുകളും കടകളും മറ്റു സ്ഥാപനങ്ങളും ആക്രമിക്കപ്പെട്ടു; നശിപ്പിക്കുകയും കൊള്ളയടിക്കുകയും ചെയ്തു. നിരവധി മാസങ്ങൾ നീണ്ടുനിന്ന കലാപത്തെതുടർന്ന് നിരവധി ബി.ജെ.പി. നേതാക്കളെ കസ്റ്റഡിയിലെടുത്തു. വി.എച്ച്.പി.യെ കുറച്ചു കാലത്തേക്ക് സർക്കാർ വിലക്കി.

കലാപം മുംബൈ, സൂറത്ത്, അഹമ്മദാബാദ്, കൺപൂർ, ദില്ലി, ഭോപ്പാൽ തുടങ്ങിയ നിരവധി സ്ഥലങ്ങളിലേക്ക് വ്യാപിച്ചു. രണ്ടായിരത്തിലധികം പേർക്ക് ജീവഹാനി സംഭവിച്ചു. പിന്നീട് തുടർ കലാപങ്ങളും ഉണ്ടായി. തർക്കമന്ദിരധ്വംസനത്തിന്റെ അനന്തരഫലമായി 1993-ലെ മുംബൈ കലാപത്തെ വിലയിരുത്തുന്നവരുണ്ട്. ആ കലാപത്തിൽ 900 ആളുകൾ മരിക്കുകയും 9000 കോടിയുടെ വസ്തുവകകൾ നശിപ്പിക്കുകയും ചെയ്തതായി കണക്കാക്കപ്പെടുന്നു. ഇന്ത്യൻ മുജാഹിദീൻ ഉൾപ്പെടെയുള്ള ഗ്രൂപ്പുകൾ അവരുടെ ഭീകരാക്രമണങ്ങൾ നടത്താൻ കാരണം ബാബറി മസ്ജിദ് തകർത്തതാണെന്ന് പരാമർശിക്കപ്പെടുന്നുണ്ട്. ഇന്ത്യയിൽ ഭീകരവാദം ശക്തിപ്പെടുന്നതിന്റെ നിമിത്തങ്ങളും ഇതാണെന്ന് വിലയിരുത്തുന്നു.

അന്താരാഷ്ട്രതലത്തിൽ സംഭവിച്ചത്

ലോകരാജ്യങ്ങളുമായുള്ള ഇന്ത്യയുടെ നയതന്ത്രബന്ധങ്ങളെ താൽക്കാലികമായെങ്കിലും തർക്കമന്ദിരധ്വംസനം ബാധിച്ചു. ഇന്ത്യൻ അംബാസഡറെ വിളിച്ചുവരുത്തി പാക്കിസ്ഥാൻ ഔദ്യോഗിക പ്രതിഷേധം അറിയിച്ചു. ഐക്യരാഷ്ട്രസഭയോടും ഇസ്ലാമിക് കോൺഫറൻസിന്റെ ഓർഗനൈസേഷനോടും മുസ്ലീങ്ങളുടെ അവകാശങ്ങൾ സംരക്ഷിക്കുന്നതിനു ഇന്ത്യയ്ക്കുമേൽ സമ്മർദ്ദം ചെലുത്താൻ അഭ്യർത്ഥിക്കുമെന്ന വാഗ്ദാനം നല്കി. 1992 ഡിസംബർ 7ന് പാക്കിസ്ഥാനിൽ സർക്കാർ

ഓഫീസുകളും വിദ്യാലയങ്ങളും അടച്ചു. രാജവ്യാപകമായി പണിമുടക്കുകൾ നടന്നു. തീയിട്ടും ബുൾഡോസറുകൾകൊണ്ട് ഇടിച്ചുനിരത്തിയും മുസ്ലീം ജനക്കൂട്ടം ഒരു ദിവസം മുപ്പതോളം ക്ഷേത്രങ്ങൾ നശിപ്പിച്ചു. ഇന്ത്യയുടെ ദേശീയ വിമാനക്കമ്പനിയായ എയർ ഇന്ത്യയുടെ ലാഹോറിലെ ഓഫീസ് ആക്രമിച്ചു. ഇന്ത്യയുടെയും ഹിന്ദുമതത്തിന്റെയും നാശത്തിന് ആഹ്വാനം ചെയ്തു. ഇസ്ലാമാബാദിലെ ക്വയ്ദ്-ഇ-ആസം സർവ്വകലാശാലയിലെ വിദ്യാർത്ഥികൾ അന്നത്തെ പ്രധാനമന്ത്രി പി.വി. നരസിംഹറാവുവിന്റെ ഒരു പ്രതിമ കത്തിച്ചു. ഹിന്ദുക്കൾക്കെതിരെ ജിഹാദ് വിളിക്കാൻ ആവശ്യപ്പെട്ടു.

അതിനുശേഷമുള്ള വർഷങ്ങളിൽ ഇന്ത്യ സന്ദർശിക്കുന്ന പാക്കിസ്ഥാനിലെ ആയിരക്കണക്കിനുള്ള ഹിന്ദുക്കൾ ദീർഘകാല വിസകൾക്ക് അപേക്ഷിച്ചു. വർധിച്ച ഉപദ്രവവും വിവേചനവും എന്ന കാരണത്താൽ അവർ ഇന്ത്യയുടെ പൗരത്വത്തിനും ശ്രമിച്ചു.

ബംഗ്ലാദേശിലും ഹിന്ദുക്കൾക്കെതിരെ വ്യാപകമായി അക്രമണങ്ങളുണ്ടായി. ഹിന്ദു ക്ഷേത്രങ്ങളും കടകളും വീടുകളും ആക്രമിച്ചു. രാജ്യതലസ്ഥാനമായ ധാക്കയിൽ ബംഗബന്ധു സ്റ്റേഡിയത്തിൽ നടത്താൻ നിശ്ചയിച്ചിരുന്ന ഇന്ത്യാ-ബംഗ്ലാദേശ് ക്രിക്കറ്റ് മത്സരം അയ്യായിരത്തോളം വരുന്ന ജനക്കൂട്ടം ആക്രമണം നടത്താൻ തുനിഞ്ഞതിനാൽ തടസ്സപ്പെട്ടു. എയർ ഇന്ത്യയുടെ ഓഫീസ് തകർക്കുകയും ചെയ്തു. പത്തുപേർ കൊല്ലപ്പെട്ടു. പതിനൊന്നു ഹിന്ദു ക്ഷേത്രങ്ങളും നിരവധി വീടുകളും നശിപ്പിച്ചു. ബംഗ്ലാദേശിലെ ഹിന്ദു സമൂഹം ശക്തമായ പ്രതിഷേധവുമായി രംഗത്തുവന്നു. നശിപ്പിച്ച ക്ഷേത്രങ്ങളും വീടുകളും കേടുപാടുകൾ തീർക്കണമെന്നും അതിക്രമങ്ങളെക്കുറിച്ച് അന്വേഷണം നടത്തണമെന്നും

ആവശ്യപ്പെട്ടു. 1993-ൽ ദുർഗപൂജയുടെ ആഘോഷങ്ങൾ വെട്ടിക്കുറച്ചു കൊണ്ടാണ് പ്രതിഷേധം അറിയിച്ചത്.

അബുദാബിയിലും വൻ പ്രതിഷേധമുണ്ടായി. അബുദാബിയിൽനിന്ന് 250 കിലോമീറ്ററുകൾക്ക് കിഴക്കായി അൽ ഐനിൽ ഇന്ത്യൻ സ്കൂളിലെ പെൺകുട്ടികളിരിക്കുന്ന ഭാഗത്ത് കോപാകുലരായ ജനക്കൂട്ടം തീയിട്ടു. അക്രമത്തിനു മറുപടിയായി യു.എ.ഇ. പൊലീസ് അക്രമത്തിൽ പങ്കെടുത്ത നിരവധി ഇന്ത്യക്കാരേയും പാക്കിസ്ഥാനികളേയും അറസ്റ്റുചെയ്തു നാടുകടത്തി. തന്റെ രാജ്യത്ത് വിദേശികൾ നടത്തിയ അക്രമത്തെ ദുബായ് പൊലീസ് സേനയുടെ കമാൻഡൻ-ഇൻ-ചീഫ് ധാഹി ഖൽഫാൻ അപലപിച്ചു.

അബുദാബിയിൽ നടന്ന ഗൾഫ് സഹകരണ സമിതിയുടെ ഉച്ചകോടിയിൽ മസ്ജിദ് തകർക്കലിനെ ശക്തമായി അപലപിച്ചു. മുസ്ലീം പുണ്യസ്ഥലങ്ങൾക്കെതിരായ കുറ്റകൃത്യമായി ഈ പ്രവൃത്തിയെ വിശേഷിപ്പിക്കുന്ന പ്രമേയം അംഗീകരിച്ചു. സൗദി അറേബ്യയും മന്ദിരം നശിപ്പിച്ചതിൽ ശക്തമായി പ്രതിഷേധിച്ചു.

യു.എ.ഇ.യിൽ പൊതുജനങ്ങൾക്കിടയിൽ വലിയ അസ്വസ്ഥതകളുണ്ടായി. പ്രതിഷേധം തെരുവിലേക്കെത്തി. പ്രതിഷേധക്കാർ ഹിന്ദു ക്ഷേത്രത്തിനും ദുബായിയിലെ ഇന്ത്യൻ കോൺസുലേറ്റിനും നേരെ കല്ലെറിഞ്ഞു. ഇന്ത്യക്കാരുടേയും പാക്കിസ്ഥാനികളുടേയും പ്രധാന പ്രവൃത്തിസ്ഥലമാണ് യു.എ.ഇ. എന്നതുകൊണ്ട് പ്രതികരണം ഏറെയുണ്ടായി. മറുപടിയായി ഇന്ത്യൻ സർക്കാർ തങ്ങളുടെ ആഭ്യന്തര കാര്യങ്ങളിൽ ഇടപെടുന്നതായി ജി.സി.സി.യെ വിമർശിച്ചു. മന്ദിരം പൊളിച്ചതിനെ അപലപിച്ച അയത്തുള്ള അലി ഖൊമേനി മുസ്ലീം ജനതയെ സംരക്ഷിക്കാൻ കൂടുതൽ കാര്യങ്ങൾ ചെയ്യണമെന്ന് ഇന്ത്യയോട് ആവശ്യപ്പെട്ടു.

ബാബറി മസ്ജിദ് തകർത്തതിനെത്തുടർന്നു നടന്ന ലഹളയെ പശ്ചാത്തലമാക്കിക്കൊണ്ടാണ് പ്രമുഖ മലയാള എഴുത്തുകാരൻ എൻ.എസ്. മാധവൻ 'തിരുത്ത്' എന്ന കഥയെഴുതുന്നത്. കലാപം നടന്നുകൊണ്ടിരിക്കുമ്പോൾ അതിൽനിന്നു രക്ഷ തേടുന്ന സന്ദർഭത്തെയാണ് കഥ വിഷയമാക്കിയത്. പള്ളി തകർത്തപ്പോഴുണ്ടായ മുസ്ലീം പ്രതിഷേധത്തിൽ ബംഗ്ലാദേശിലെ ഹിന്ദുക്കൾ പീഡിപ്പിക്കപ്പെട്ടു. തസ്ലിമ നസ്റിന്റെ 'ലജ്ജ' എന്ന നോവലിൽ അതിന്റെ പ്രചോദനം കാണാം (1993). ഗാംഗുലി 2016-ലെഴുതിയ 'താന്യ'യുടെ പശ്ചാത്തലത്തിലും അയോധ്യ തർക്കവും ബാബറി മസ്ജിദ് പൊളിച്ചു മാറ്റിയതിനെത്തുടർന്നുണ്ടായ കലാപങ്ങളും കാണാം.

■

ചരിത്രം

ചരിത്രരേഖകളുടേയും ചരിത്രാവശിഷ്ടങ്ങളുടേയും ഇവ രണ്ടിന്റേയും ബലത്തിലുള്ള നിഗമനങ്ങളുടേയും (ഊഹാപോഹങ്ങളുടേയും) അടിസ്ഥാനത്തിലാണ് മറ്റുള്ളവയെക്കുറിച്ചെന്നപോലെ ബാബറി മസ്ജിദിന്റേയും ചരിത്രം രേഖപ്പെടുത്തിയിട്ടുള്ളത്. ബ്രിട്ടീഷ് ചരിത്രകാരന്മാർ തയ്യാറാക്കിയ ചരിത്രം നാമേറെക്കാലം പഠിച്ചു, വിശ്വസിച്ചു. നമ്മുടെ അടിസ്ഥാനവിവരവും അതായിരുന്നു. എന്നാൽ പിന്നീട് അവിടെനിന്നെല്ലാം വളരെയേറെ മുന്നോട്ടുപോയി. ചരിത്രനിർമ്മിതിക്കാവശ്യമായ ഉപാദാനങ്ങൾ, രേഖകൾ ശേഖരിക്കാൻ കഠിനശ്രമമുണ്ടായി. അതിന്റെ ഫലമായി നാം പഠിച്ചത് പലതും വസ്തുതയായിരുന്നില്ല എന്ന് പിന്നീട് മനസ്സിലായി. വ്യക്തമായ രേഖകളുടെ അടിസ്ഥാനത്തിൽ മാത്രമേ ചരിത്രനിർമ്മിതി നീതിപൂർവ്വമാകൂ. ഊഹാപോഹങ്ങളല്ല ചരിത്രം. നടന്ന സംഭവങ്ങളെക്കുറിച്ച് നമുക്ക് വ്യക്തമായ ജ്ഞാനം ഉണ്ടാകണം. അങ്ങനെ വിലയിരുത്തുമ്പോൾ ബാബറി മസ്ജിദിനെക്കുറിച്ച് ലഭ്യമായ വിവരങ്ങൾ പരിമിതമാണ്. കൂടുതലും നിഗമനങ്ങളാണ്.

ഇന്ത്യയിൽ ഏറ്റവും കൂടുതൽ കാലം ഭരണം നടത്തിയ മുസ്ലീം രാജാക്കന്മാരുടെ സാമ്രാജ്യമായിരുന്നു മുഗൾ സാമ്രാജ്യം. പിതൃത്വം വഴി മധ്യേഷ്യൻ ചക്രവർത്തി തിമൂറിന്റെ പിൻഗാമികളും, മാതൃത്വം വഴി മംഗോൾ നേതാവായ ചെങ്കിസ്ഖാന്റെ പാരമ്പര്യവുമാണ് അവർക്കുള്ളത് എന്നാണ് ചരിത്രം പറയുന്നത്. ഇന്നത്തെ മംഗോളിയ, റഷ്യ, ചൈന എന്നീ രാജ്യങ്ങൾ കേന്ദ്രമാക്കിയുള്ള ജനവിഭാഗമാണ് അത്. ഒരുകാലത്ത് ഏഷ്യയുടെ ഭൂരിഭാഗവും കിഴക്കൻ യൂറോപ്പ് പൂർണ്ണമായും ഭരിച്ച വൻ ശക്തിയായിരുന്നു. മംഗോൾ എന്നതിന്റെ പേർഷ്യൻ രൂപമായ മുഗൾ എന്ന പേര് അവർ സ്വയം കല്പിക്കുകയായിരുന്നു.

ഇന്ത്യ, പാക്കിസ്ഥാൻ, അഫ്ഗാനിസ്ഥാന്റെ ചില ഭാഗങ്ങൾ എന്നിവയുൾപ്പെട്ട പ്രദേശമായിരുന്നു മുഗൾ സാമ്രാജ്യം.

സഹീറുദ്ദീൻ മുഹമ്മദ് എന്ന ബാബറാണ് മുഗൾ സാമ്രാജ്യസ്ഥാപകൻ. ദൽഹി കേന്ദ്രമായി ഭരിച്ചിരുന്ന ഇബ്രാഹിം ലോധിയെ

യുദ്ധത്തിലൂടെ പരാജയപ്പെടുത്തിയാണ് ബാബർ 1526-ൽ സാമ്രാജ്യം സ്ഥാപിച്ചത്. ആ കാലഘട്ടത്തിൽ കാബൂൾ ഭരിച്ചിരുന്നത് ബാബറായിരുന്നു. ഉത്തരേന്ത്യ സ്വതന്ത്ര നാട്ടുരാജ്യങ്ങളായിരുന്നു. കലഹപ്രിയരായിരുന്നു നാട്ടുരാജാക്കന്മാർ. അതുകൊണ്ട് അവർ ദുർബലരുമായിരുന്നു. ദൽഹിയും പരിസരപ്രദേശങ്ങളും ഭരിച്ചിരുന്ന ഇബ്രാഹിം ലോധിയായിരുന്നു അതിൽ ശക്തൻ. ബീഹാറിൽ ഭരണം നടത്തിയിരുന്ന ദരിയാഖാൻ ലോഹാസി ഇബ്രാഹിം ലോധിയുടെ മേൽക്കോയ്മ അംഗീകരിച്ചില്ല. ലാഹോറിൽ ദൗലത്ത് ഖാനും ബംഗാളിൽ നസ്രത്ത് ഷായും വിഘടിച്ചു നിന്നു. കുറേക്കൂടി ശക്തനായിരുന്നു മേവാർ, സംഗ്രാമ് സിംഗ് എന്നീ പേരുകളിലറിയപ്പെട്ടിരുന്ന റാണാ പ്രതാപ്.

ചരിത്രപ്രസിദ്ധമായ പാനിപ്പത്ത് യുദ്ധത്തിലാണ് പത്തിരട്ടിയോളം ആൾബലമുള്ള ഇബ്രാഹിം ലോധിയുടെ സൈന്യത്തെ അതിസാഹസികമായി ബാബർ കീഴ്പ്പെടുത്തിയത്. പിന്നീട് കാര്യമായ ചെറുത്തുനില്പുണ്ടായിരുന്നില്ലെങ്കിലും മേവാർ രാജ്യത്തിലെ ചക്രവർത്തിയായ റാണാ പ്രതാപിനെ പരാജയപ്പെടുത്തുക ദുഷ്കരമായിരുന്നു. റാണാ സംഗ്രാമ് സിംഗനെ ഖാന എന്ന സ്ഥലത്തുവെച്ച് തോല്പിച്ചതോടുകൂടിയാണ് മുഗൾ സാമ്രാജ്യസ്ഥാപനം പൂർണ്ണമായത്. അക്ബറിന്റെ മൂത്ത പുത്രനായ ജഹാംഗീറിന്റെ കാലത്താണ് അത് സാധ്യമായത്.

എന്നാൽ വളരെയേറെ ഭീഷണികൾ പിന്നീടുണ്ടായിരുന്നു. തിമൂറി ഭരണാധികാരികളെ എക്കാലത്തും ഇന്ത്യയിലുള്ളവർ എതിർത്തുപോന്നു. എങ്കിലും ഭരണകാര്യങ്ങളിൽ ചിട്ടയായ പ്രവർത്തനമാണ് ബാബറിന്റെ ഭാഗത്തുനിന്നുണ്ടായത്. മുഗൾ ചക്രവർത്തിമാർ തന്റെ സാമ്രാജ്യത്തെ പന്ത്രണ്ട് സൂബകളായി (പ്രവിശ്യ) വിഭജിക്കുകയും സൂബകളെ സർക്കാരുകളായും സർക്കാരുകളെ പർഗാനകളായും വിഭജിച്ചാണ് ഭരണം നടത്തിയത്. ആ പന്ത്രണ്ട് സൂബകൾക്കും പ്രത്യേകം തലസ്ഥാനങ്ങളും ഉണ്ടായിരുന്നു. കാബൂൾ, ലാഹോർ, മുൾട്ടാൻ, അജ്മീർ, ഗുജറാത്ത്, ദൽഹി, ആഗ്ര, മാൾവാ, അവധ്, ഇലഹാബാദ്, ബീഹാർ, ബംഗാള [ടണ്ട (1574–95), രാജ്മഹൽ (1595–1610, 1639–59), ധാക്ക (1610–1639, 1660–1703), മൂർഷിദാബാദ് (1703–57)] എന്നിങ്ങനെയായിരുന്നു സൂബകൾ. അത് പിന്നീട് 1595നുശേഷം ബേരാർ, ഖണ്ഡേശ്, അഹമ്മദ്നഗർ, ഒറീസ്സ, കാഷ്മീർ, തട്ട (സിന്ധ്), കാന്ദഹാർ (1638-ൽ കീഴ്പ്പെടുത്തിയെങ്കിലും 1648-ൽ നഷ്ടമായി), ബീഡാർ (തെലുങ്കാന, ബീജാപൂർ, ഹൈദരാബാദ് ഇങ്ങനെയായി പുനഃസംഘടിപ്പിച്ചു.

ഭരണാധികാരി എന്ന നിലയിൽ വ്യക്തമായ നിലപാടുണ്ടായിരുന്ന ബാബറിന് കരുത്തുറ്റ ഒരു സാമ്രാജ്യം സ്ഥാപിക്കാനായില്ല. പിന്നീട് വന്നവരാണ് അത് സാധ്യമാക്കിയത്.

കലയിലും സാഹിത്യത്തിലും തല്പരനായിരുന്നു ബാബർ എന്നാണ് ചരിത്രം. 'നക്ഷബന്ദിയ്യ സൂഫി' സരണിയാണ് അദ്ദേഹം സ്വീകരിച്ചിരുന്നത്. (മുസ്ലീം സുന്നി വിഭാഗത്തിൽ ഉൾപ്പെടുന്ന പ്രമുഖ സൂഫീ ധാരയാണ് 'നക്ഷബന്ദിയ്യ'. ഉസ്ബെക്കിസ്ഥാനിൽ ജീവിച്ചിരുന്ന സൂഫി സന്ന്യാസി ബഹാഉദീൻ നക്ഷബന്ദ് ബുഖാരിയാണ് ഈ ധാരയുടെ സ്ഥാപകൻ.) ആധ്യാത്മികതയോടും വളരെയേറെ പ്രതിപത്തി ബാബർ കാണിച്ചിരുന്നു.

പാനിപ്പത്തിലെ യുദ്ധങ്ങൾ, ഖാമ്പ യുദ്ധം, ഗോഗ്രായുദ്ധം തുടങ്ങി തുടർച്ചയായ യുദ്ധങ്ങൾ ബാബർ നടത്തി. അവിശ്രമയുദ്ധത്തിനൊടുവിൽ 1530 ഡിസംബർ 26ന് ആഗ്രയിൽവെച്ച് 48-ാമത്തെ വയസ്സിൽ മരണമടഞ്ഞു. ആദ്യം ആഗ്രയിൽ കബറടക്കിയ ഭൗതികാവശിഷ്ടം പത്തു വർഷങ്ങൾക്കുശേഷം അദ്ദേഹത്തിന്റെ ഇഷ്ടദേശമായ കാബൂളിലെ കുഹ് ഇ ഷീർ ദർവാസയുടെ പടിഞ്ഞാറൻ ചെരുവിൽ ബാഗ്-ഇ-ബാബർ എന്ന ശവകുടീരത്തിൽ ഖബറടക്കി. ബാബർ വളരെയേറെ വിവാഹങ്ങൾ കഴിച്ചതായി ചരിത്രത്തിലുണ്ട്.

മുഗൾ ചക്രവർത്തിമാർ ഇന്ത്യ ഭരിച്ചത് 1556 മുതൽ 1857 വരെയുള്ള കാലഘട്ടത്തിലാണ്. മേവാറിലെ രജപുത്താനയും ചിറ്റോഡ് രാജ്യവും യുദ്ധത്തിലൂടെ ആദ്യ മുഗൾ ചക്രവർത്തിയായ ബാബർ പിടിച്ചെടുക്കുകയും അതിന്റെ ഫലമായി ബാബർ ഉത്തരേന്ത്യ ഒന്നടങ്കം അധികാരം

സ്ഥാപിക്കുകയും ചെയ്തു. ഈ വിജയത്തെ തുടർന്ന് ജനറലായിരുന്ന മിർ ബകിയെ ഈ പ്രദേശത്തിന്റെ ഗവർണ്ണറാക്കി.

ശ്രീരാമന്റെ പേരിൽ നിലനിന്നതായി പറയപ്പെടുന്ന ക്ഷേത്രം തകർത്ത് ബാബറിന്റെ പേരിട്ട പള്ളി നിർമ്മിക്കാൻ നേതൃത്വം നല്കിയത് മിർ ബകിയാണെന്നാണ് ഹൈന്ദവപണ്ഡിതർ വാദിച്ചത്. ബാബറിന്റെ ചരിത്രം വിശകലനം ചെയ്യുന്ന രേഖകളിൽ ഇക്കാര്യമുള്ളതായി അറിവില്ല. ഈ കാലഘട്ടത്തിലെ താരിഖ്-ഇ-ബാബറി രേഖകളിൽ ബാബറിന്റെ സൈന്യം 'ചന്ദേരിയിലുള്ള നിരവധി ക്ഷേത്രങ്ങൾ തകർത്തു' എന്ന് പറയുന്നുണ്ട്. ബാബറിന്റെ കാലഘട്ടത്തിലെ പല രേഖകളും കാണാതായിട്ടുണ്ട്. മുസ്ലീം ചരിത്രപണ്ഡിതന്മാർ ഈ വാദങ്ങളെ നിരസിക്കുന്നു. 1528-ൽ മിർ ബകി ക്ഷേത്രം തകർത്തിട്ടാണ് പള്ളി നിർമ്മിച്ചത് എന്നതിന് യാതൊരു തെളിവുകളുമില്ലെന്ന് അവർ വാദിക്കുന്നു.

1992-ൽ തകർക്കപ്പെട്ട മന്ദിരത്തിന്റെ അവശിഷ്ടങ്ങളിൽനിന്നും ലഭ്യമായ ശിലാഫലകത്തിലെ ലിഖിതങ്ങളും 260-ൽ കൂടുതൽ ക്ഷേത്ര സംബന്ധിയായ വസ്തുക്കളും പുരാതനക്ഷേത്രസംബന്ധിയായ വസ്തുക്കളും തെളിവുകളാണെന്ന് ഹൈന്ദവ പണ്ഡിതന്മാർ പറയുന്നു. ശിലാഫലകത്തിൽ പുരാതന നാഗിരി ശൈലിയിലുള്ള 30 സംസ്കൃതശ്ലോകങ്ങളുണ്ട്. ലിപി 11 ഉം 12 ഉം നൂറ്റാണ്ടുകളിൽ ഉണ്ടായിരുന്നതാണ്. ഈ വസ്തുതകൾ രാജ്യത്തെ പ്രമുഖ ചരിത്രകാരന്മാരുടെയും സംസ്കൃത പണ്ഡിതന്മാരുടെയും പുരാവസ്തുഗവേഷകരുടെയും സംഘമായിരുന്നു കണ്ടെത്തിയത്. ആദ്യ 20 ശ്ലോകങ്ങൾ രാജാവായിരുന്ന ഗോവിന്ദ് ചന്ദ്ര ഘർവാളിനെ പ്രകീർത്തിക്കുന്നു. അതിനുശേഷം വരുന്ന ശ്ലോകത്തിൽ ഇങ്ങനെ കാണുന്നു "രാജാവിന്റെ മോക്ഷത്തിനുവേണ്ടി അദ്ദേഹത്തിന്റെ എല്ലാം, വാമന അവതാരത്തിന്റെ (മഹാവിഷ്ണുവിന്റെ അവതാരം) കാൽക്കൽ സമർപ്പിച്ച് വിഷ്ണുഹരിക്ക് (ശ്രീരാമൻ) വേണ്ടിയുള്ള ഈ ക്ഷേത്രം, മനോഹരമായ തൂണുകളും മാനംമുട്ടെയുള്ള കല്ലുകൊണ്ടുള്ള മന്ദിരവും മുകളിലെ സ്വർണ്ണംകൊണ്ടുള്ള സ്തൂപവും കൊണ്ട് ചരിത്രത്തിൽ മറ്റൊരു രാജാവിനും സൃഷ്ടിക്കാൻ കഴിയാത്തത്ര മനോഹരമാണ്." ലിഖിതത്തിൽ ക്ഷേത്രപട്ടണമായ അയോധ്യയിലാണ് അത് നിർമ്മിച്ചതെന്ന് രേഖപ്പെടുത്തുന്നു.

മറ്റൊരു അവലംബം 1886-ൽ രഘുബീർദാസ് ഫൈസാബാദ് ജില്ലാ ജഡ്ജ് മുമ്പാകെ സമർപ്പിച്ച പരാതിയാണ്. പരാതി നിരസിച്ചെങ്കിലും രണ്ടു പ്രധാന നിരീക്ഷണങ്ങൾ വിധിയിലുണ്ട്.

"ചക്രവർത്തി പണിത പള്ളി അയോധ്യയുടെ അതിർത്തിയിലാണെന്ന് ഞാൻ മനസ്സിലാക്കി. ഈ പള്ളി പണിതത് ഹിന്ദുക്കൾ വിശുദ്ധമാണെന്ന് കരുതപ്പെടുന്ന സ്ഥലത്തായി എന്നത് ദൗർഭാഗ്യകരമാണ്. പക്ഷേ സംഭവിച്ചത് 358 വർഷം മുമ്പായതിനാൽ പരാതിക്ക് പരിഹാരം

കാണാൻ വളരെ താമസിച്ചുപോയി. ചെയ്യാൻ പറ്റുന്നത് ഇപ്പോഴുള്ള സ്ഥിതി തുടരുക മാത്രമാണ്. ഇങ്ങനെയുള്ള സാഹചര്യങ്ങളിൽ മാറ്റം നിർദ്ദേശിക്കുന്നത് ഗുണത്തേക്കാൾ ദോഷമാകും ഉണ്ടാകുക."

തകർത്ത ക്ഷേത്രത്തിന്റെ ഭാഗങ്ങൾ തർക്കമന്ദിരം നിർമ്മിക്കാൻ ഉപയോഗിച്ചിട്ടുണ്ട് എന്നതാണ് മറ്റൊരു നിരീക്ഷണം. അലഹാബാദ് ഹൈക്കോടതിയിലെ ലഖ്നൗ ബഞ്ചിലെ ജസ്റ്റിസായിരുന്ന ധരംവീർ ശർമ്മ ഇന്ത്യൻ പുരാവസ്തുഗവേഷണസംഘമായ എ.എസ്.ഐ. കൊടുത്ത താഴെ പറയുന്ന വിവരങ്ങൾ തെളിവായി സ്വീകരിച്ചു.

"സാഹചര്യ തെളിവുകളുടേയും ചരിത്രവിവരണങ്ങളുടേയും ഭൂമിശാസ്ത്രതെളിവുകളുടേയും മറ്റു പുരാതനശാസ്ത്ര വിവരങ്ങളുടേയും അടിസ്ഥാനത്തിൽ സ്ഥാപിക്കാവുന്നതെന്തെന്നാൽ പ്രസ്തുത ക്ഷേത്രം തകർത്തശേഷം പള്ളിയായി നിർമ്മിക്കുകയും പഴയ ക്ഷേത്രത്തിന്റെ ഹൈന്ദവ ദേവന്മാരും ദേവതകളും നിറഞ്ഞ തൂണുകൾപോലും പുനരുപയോഗിക്കുകയും ചെയ്തിരിക്കുന്നു എന്നാണ്."

ജസ്റ്റിസിന്റെ നിരീക്ഷണപ്രകാരം, 1992 ഡിസംബർ 6-ന് തർക്കമന്ദിരം തകർക്കപ്പെട്ടശേഷം ലഭിച്ച 256 ലിഖിതങ്ങളും മറ്റു പുരാവസ്തുക്കളും 11 ഉം 12 ഉം നൂറ്റാണ്ടിൽ നിലവിലുണ്ടായിരുന്ന ദേവനാഗിരി ലിപിയിൽ എഴുതപ്പെട്ടതാണെന്നതിന് സംശയമില്ല എന്നാണ്.

"വിദഗ്ധരുടെ അഭിപ്രായപ്രകാരവും തെളിവുകളുടേയും സാഹചര്യത്തെളിവുകളുടേയും ചരിത്രത്തിന്റേയും മറ്റ് ഏതുരീതിയിലും വിലയിരുത്തിയാൽ ക്ഷേത്രം തകർത്ത് പള്ളി, ആ പഴയസ്ഥാനത്ത് ബാബറുടെ ഉത്തരവുപ്രകാരം മിർ ബകി നിർമ്മിച്ചതാണെന്ന് തെളിയുന്നു."

മൂന്നു ജസ്റ്റിസുമാരും പള്ളിക്കടിയിൽ ക്ഷേത്രമുണ്ടെന്നും അതിൽ രണ്ട് ജസ്റ്റിസുമാർ ക്ഷേത്രം പ്രത്യേക ഉദ്ദേശത്തോടെ തകർത്തതാണെന്നും നിരീക്ഷിച്ചു.

ഹിന്ദുമതവിശ്വാസികളും പണ്ഡിതന്മാരും ഇത്തരത്തിലുള്ള തെളിവുകൾ നിരത്തിക്കൊണ്ടാണ് ശ്രീരാമക്ഷേത്രം തകർത്താണ് മസ്ജിദ് നിർമ്മിച്ചതെന്ന് സ്ഥാപിക്കുന്നത്.

തർക്കത്തിലെ മറ്റ് പ്രധാനകക്ഷികളായ ഇസ്ലാം മതപണ്ഡിതരുടെ വാദമുഖങ്ങൾ വ്യത്യസ്തമാണ്. അവരുടെ വാദങ്ങൾ: 1928-ൽ മിർ ബകി പള്ളി നിർമ്മിച്ചത് ക്ഷേത്രം തകർത്താണ് എന്നതിന് തെളിവുകളൊന്നുമില്ല. 1949-ൽ ശ്രീരാമന്റെ വിഗ്രഹം അനധികൃതമായി കൊണ്ടുവെച്ചപ്പോൾ പ്രധാനമന്ത്രിയായിരുന്ന പണ്ഡിറ്റ് ജവഹർലാൽ നെഹ്റു 'അപകടകരമായ ഒരു രീതിയാണിത്' എന്നുപറഞ്ഞ് ഉത്തർപ്രദേശ് മുഖ്യമന്ത്രിയോട് വിഗ്രഹം മാറ്റാൻ ആവശ്യപ്പെട്ടു. ഫൈസാബാദിലെ പ്രാദേശിക ഭരണകർത്താവായിരുന്ന കെ.കെ. നായർ ഇത് അവഗണിച്ചു. വിഗ്രഹങ്ങൾ

കൊണ്ടുവെച്ചത് തെറ്റാണെങ്കിലും പ്രക്ഷോഭത്തിനേയും അതിനു പിന്നിലെ വികാരങ്ങളേയും വില കുറച്ച് കാണാനാവില്ല എന്ന നിലപാടാ യിരുന്നു അദ്ദേഹത്തിന്റേത്. 2010 ലെ ഹൈക്കോടതി വിധിയിൽ ആയിര ക്കണക്കിനു പേജുകൾ ഹിന്ദുലിഖിതങ്ങൾക്ക് മാറ്റിവെച്ചപ്പോൾ 1949-ലെ അതിക്രമത്തെക്കുറിച്ച് തെല്ലും പ്രതിപാദിച്ചില്ല. സാമൂഹിക പ്രവർത്ത കനായ മനോജ് മിത്തയുടെ അഭിപ്രായപ്രകാരം വിഗ്രഹങ്ങൾ കൊണ്ടു വെച്ച് വികൃതിയിലൂടെ പള്ളിയെ ക്ഷേത്രമാക്കി മാറ്റാനുള്ള ശ്രമമാണ് നടത്തിയത്. അത് കോടതി അലക്ഷ്യമാണ്. എ.എസ്.ഐ.യുടെ പുരാ വസ്തു റിപ്പോർട്ടുകൾ ഹിന്ദുക്ഷേത്രമല്ല എന്നതിനെ തള്ളിക്കളഞ്ഞ് തീവ്ര ഹൈന്ദവ സംഘടനകളായ ആർ.എസ്.എസ്., വി.എച്ച്.പി., ഹിന്ദു മുന്നണി തുടങ്ങിയവയുടെ വീക്ഷണമനുസരിച്ചാണ് തയ്യാറാക്കിയിരി ക്കുന്നതെന്നും അതിലൂടെ ബാബറി തർക്കമന്ദിരം ഒരു രാഷ്ട്രീയ വിഷയ മായിരുന്നുവെന്നു സ്ഥാപിക്കാനുള്ള ശ്രമമാണ് നടത്തിയതെന്നും മുസ്ലീ മുകളും മറ്റു ചിലരും വിമർശിക്കുന്നു.

ഇങ്ങനെയുള്ള തർക്കവാദങ്ങളെല്ലാം വലിയ തീവ്രവൈകാരിക സംഘർഷാത്മക വിഷയമാക്കി ബാബറി മസ്ജിദ് വിഷയത്തെ മാറ്റി. 2003-ലെ കോടതി ഉത്തരവുപ്രകാരം തർക്കമന്ദിരത്തിന്റെ അടിയിലുള്ള സമുച്ചയം കണ്ടെത്താൻ പര്യവേഷണങ്ങൾ ആവശ്യമാണെന്ന നിഗമന ത്തിൽ ആർക്കിയോളജിക്കൽ സർവ്വേ ഓഫ് ഇന്ത്യ(എ.എസ്.ഐ.)യെ അതിനായി ചുമതലപ്പെടുത്തുകയും ചെയ്തു. എ.എസ്.ഐ. 1970-ലും 1992-ലും 2003-ലും തർക്കസ്ഥലത്തിനുചുറ്റും നടത്തിയ പര്യവേഷണ ത്തിന്റെ ഫലമായി ലഭിച്ച വിവരങ്ങൾ അവിടെ വലിയൊരു ഹൈന്ദവ സമുച്ചയം ഉണ്ടായിരുന്നുവെന്നതിന്റെ സൂചനകളാണ് എന്നായിരുന്നു. "വിവിധ ദൈവിക പ്രതിമകളാൽ കൊത്തിവെച്ചിട്ടുള്ള കല്ലുകളാലും പുരാതന കൊത്തുപണികളാലും നിറഞ്ഞ അമ്പതു തൂണുകൾ ഒരു വലിയ സമുച്ചയത്തിന്റെ ഭാഗമാണ്." ഇങ്ങനെയൊരു കണ്ടെത്തലാണ് അവരുടേത്.

2003 മാർച്ചിൽ തുടങ്ങിയ പര്യവേഷണത്തിൽ എ.എസ്.ഐ. സംഘ ത്തിന് 1360 തെളിവുകൾ ലഭിച്ചു. 574 പേജുള്ള റിപ്പോർട്ടാണ് അലഹ ബാദ് ഹൈക്കോടതിയിൽ അവർ സമർപ്പിച്ചത്. അവരുടെ കണ്ടെത്തൽ ചുരുക്കത്തിൽ ഇങ്ങനെയാണ് (രേഖാചിത്രങ്ങളും എഴുതപ്പെട്ട രേഖകളും ഭൂമിശാസ്ത്രരേഖകളും അതിലുണ്ടായിരുന്നു). തർക്കമന്ദിരത്തിന്റെ അടിയിൽ കണ്ടെത്തിയ സമുച്ചയം പത്താം നൂറ്റാണ്ടു മുതൽ നിലനിന്നി രുന്ന ഒന്നാണ് എന്നതിന് തെളിവുണ്ട്. 50 x 30 മീറ്റർ ചുറ്റളവിലുള്ള ബൃഹത്തായ സമുച്ചയം തർക്കമന്ദിരത്തിന്റെ കൃത്യം അടിയിലായി സ്ഥിതിചെയ്യുന്നു. 50 തൂണുകളുടെ അടിസ്ഥാനശിലകൾ, അടിയിലുള്ള ചുണ്ണാമ്പുകല്ലുകളുടെ മുകളിൽ സ്ഥിതി ചെയ്യുന്നു. മുഗൾ ഭരണത്തിന്റെ ആരംഭത്തിനു മുൻപുവരെ തർക്കസ്ഥലം പൊതുവായ ഇടമായി വളരെ

ക്കാലം നിലനിന്നിരുന്നു. ആധുനിക പര്യവേഷണരീതികളുപയോഗിച്ച് കണ്ടെത്തിയ വിവരം 13-ാം നൂറ്റാണ്ടുവരെ അത് പിന്നോട്ടുണ്ട് എന്നാണ്. അശോകൻ ബ്രാഹ്മിയുടെ മുദ്രയുള്ള ഒരു വളയം സുപ്രധാനമായ മറ്റൊരു കണ്ടെത്തലാണ്. അശോകചക്രവർത്തിയുടെ കാലത്തുള്ള സുംഗ കാല ഘട്ടത്തിലെ സാംസ്കാരിക അധിനിവേശത്തിനുശേഷം കുഷൻ കാല ഘട്ടം വന്നു. പിന്നീട്, മധ്യകാലഘട്ടത്തിന്റെ ആദ്യകാലത്ത് അമ്പതുമീറ്റർ ചുറ്റളവുള്ള സമുച്ചയം നിർമ്മിച്ചു. അത് ഹ്രസ്വകാലം മാത്രമേ നില നിന്നുള്ളൂ. അതിലെ 50 തൂണുകളിൽ നാലെണ്ണം പര്യവേഷണത്തിൽ കണ്ടെത്തി. തകർക്കപ്പെട്ട സമുച്ചയത്തിന് മൂന്ന് നിലകളുണ്ടായിരുന്നു. അതിന്റെ നിരവധി ഭാഗങ്ങൾ തർക്കമന്ദിരം നിർമ്മിക്കാനുപയോഗിച്ചു. ഈ പുരാതന സമുച്ചയത്തിന്റെ മുകളിലാണ് പതിനാറാം നൂറ്റാണ്ടിൽ നിർമ്മിച്ച തർക്കമന്ദിരം സ്ഥിതിചെയ്യുന്നത്. ഇതെല്ലാമാണ് എ.എസ്.ഐ. യുടെ പര്യവേഷണ റിപ്പോർട്ടിലുള്ളത്.

എ.എസ്.ഐ. റിപ്പോർട്ടിനെ മുസ്ലീം സംഘടനകൾ ശക്തമായി എതിർത്തു. സ്ഥലത്ത് ഉടനീളം കണ്ട മൃഗങ്ങളുടെ എല്ലുകളും സുർക്കി യുടെ ഉപയോഗവും അവിടെ മുസ്ലീം സാന്നിദ്ധ്യവും ഹൈന്ദവ ക്ഷേത്ര ത്തിന്റെ സാന്നിദ്ധ്യവും വെളിവാക്കുന്നു എന്ന് സഫ്ദർ ഹാഷ്മി ട്രസ്റ്റ് വ്യക്തമാക്കി. തൂണുകളെ സംബന്ധിച്ച് വാദങ്ങൾ കളവാണെന്നും മറ്റു പര്യവേഷകർ ഇക്കാര്യത്തിൽ വിരുദ്ധ അഭിപ്രായക്കാരാണെന്നും മുസ്ലീം സംഘടനകൾ പറഞ്ഞു. എ.എസ്.ഐ.യുടെ റിപ്പോർട്ട് തുടക്കത്തിൽ ക്ഷേത്രം ഉണ്ടെന്ന് അവകാശപ്പെട്ടിരുന്നില്ലെന്നും റിപ്പോർട്ടിൽ സംശയ മുണ്ടെന്നും ആൾ ഇന്ത്യ മുസ്ലീം പേഴ്സണൽ ബോർഡ് ചെയർമാൻ സയെദ് ഹസൻ ആരോപിച്ചിരുന്നു.

ചരിത്രകാരന്മാരുടെ വിജ്ഞാനക്കുറവിനെ ഒരു ജഡ്ജ് ചൂണ്ടി ക്കാണിച്ചിരുന്നു. എല്ലാ അഭിപ്രായങ്ങളും ഒരു സാക്ഷിയായ പ്രൊഫ. ഡി. മണ്ഡലിന്റെ വിദഗ്ദ്ധാഭിപ്രായത്തിന്റെ സഹായമില്ലാതെ പ്രൊഫ. ബി.ബി. ലാലിന്റെ വിമർശനാത്മകമായി എഴുതിയ ചെറുപുസ്തകത്തിനെ ആധാരമാക്കിയാണെന്ന് അലഹബാദ് ഹൈക്കോടതി കണ്ടെത്തി. എ.എസ്.ഐ.യുടെ കണ്ടെത്തലുകൾ കോടതി തടഞ്ഞുവെച്ചു.

ജോസഫ് ടൈഫെൻതലേർ എന്ന ഓസ്ട്രേലിയക്കാരൻ 1768-ൽ ഇങ്ങനെ എഴുതി. “മുഗൾ ചക്രവർത്തിയായ ഔറംഗസീബ് രാമകോട്ട് തകർത്ത് അവിടെ പള്ളി പണിതു. ചിലർ വിശ്വസിക്കുന്നത് ബാബർ ആണ് പള്ളി പണിതത് എന്നാണ്. (R.S. Sharma et al. Historians Report, p-9)... കൂടാതെ “ഹിന്ദുക്കൾ രാമ നവമി (ശ്രീരാമന്റെ ജന്മദിന ഉത്സവം) ക്ഷേത്രത്തിന്റെ സ്ഥലത്ത് നിർമ്മിച്ച പള്ളിക്ക് മുമ്പിൽ ആഘോഷിച്ചി രുന്നു.” (A.K. Chatterjee : "Ram Janmabhoomi : Some more evidence", Indian Express, 27-3-1990 and History and Geography of Indian by Joseph Tieffenthalar, (published in French by Bernoull; in 1785).

"എന്തെന്നാൽ അവിടെ സ്ഥിതിചെയ്തിരുന്ന ഒരു വൃന്ദത്തിലാണ് ശ്രീരാമനും മൂന്നു സഹോദരന്മാരും ജനിച്ചത്. ഔറംഗസീബ് (ചിലർ പറയുന്നതനുസരിച്ച് ബാബർ) ഹിന്ദുക്കൾ ആരാധനയും ആഘോഷങ്ങളും അവിടെ നടത്താതിരിക്കാൻ ആ സ്ഥലം നശിപ്പിച്ചു എങ്കിലും അവിടെ ഹിന്ദുക്കൾ ആരാധനയും ആഘോഷങ്ങളും തുടരുകയും ജന്മസ്ഥാനത്തിന് ചുറ്റും മൂന്ന് തവണ വലം വെക്കുകയും ചെയ്തുപോന്നു." (Joseph Tieffenthaler, History and Geography of India, 1785, Publisher: Bernoulli, France, cited by Harsh Narain The Ayodhya Temple Mosqe Dispute: Focus on muslim sources, 1993, New Delhi, Penman Publication, ISBN 81-85504-16-4-p. 8-9 and by Peter Van derveer Religious Nationalism, P.153).

ജോസഫ് ടൈഫെൻതലേർ നടത്തിയ പഠനത്തിന്റെ അടിസ്ഥാനത്തിൽ ബർലിനിൽ 1788-ൽ ഫ്രഞ്ച് ഭാഷയിൽ പ്രസിദ്ധീകരിച്ച ലേഖനത്തിൽ പറയുന്നു: "നമുക്ക് മന്ദിരത്തിൽ 14 കറുത്ത കല്ല് തൂണുകൾ അഞ്ച് നില ഉയരത്തിൽ കാണാം. അതിൽ 12 എണ്ണം പള്ളിയുടെ അകത്തുള്ള ഭാഗങ്ങളെ താങ്ങിനിർത്തുമ്പോൾ 2 എണ്ണം പ്രവേശന കവാടത്ത് സ്ഥിതി ചെയ്യുന്നു. ഈ തൂണുകൾ ഹനുമാൻ, ലങ്കയിൽനിന്നു കൊണ്ടുവന്നതാണെന്ന് കരുതപ്പെടുന്നു. ഇടതുഭാഗത്തായി 6 ഇഞ്ച് നീളവും 4 ഇഞ്ച് വീതിയും 5 ഇഞ്ച് പൊക്കവുമുള്ള മണ്ണിലും ചുണ്ണാമ്പിലും തീർത്ത ഒരു തറ ഉണ്ടായിരുന്നു. ഹിന്ദുക്കൾ ഇതിനെ ശ്രീരാമന്റെയും സഹോദരന്മാരുടേയും ജന്മസ്ഥലമായി കരുതുന്നു. തുടർന്ന് ഔറംഗസീബ് (ചിലരുടെ അഭിപ്രായത്തിൽ ബാബർ) ഹിന്ദുക്കൾ ആരാധന നടത്താതിരിക്കാൻ ഈ തറ തകർത്തു. എങ്കിലും അവർ ആരാധനയും വിശ്വാസവും തുടർന്നുപോന്നു..."

ഇനി നമുക്ക് ഷേക്ക് മുഹമ്മദ് അസ്മത് അലി കകോരനയ് നമി (1781-1893)യുടെ അഭിപ്രായം നോക്കാം. "പഴയ രേഖകൾ പ്രകാരം എവിടെയെല്ലാം അവിശ്വാസികൾക്ക് (കാഫിർ) മേൽക്കൈ ഉണ്ടോ, അവിടെയെല്ലാം മുസ്ലീം ഭരണാധികാരികൾ ആദ്യം പള്ളികളും പ്രാർത്ഥനാലയങ്ങളും നിർമ്മിക്കുകയും മതം പ്രചരിപ്പിക്കുകയും അമുസ്ലീങ്ങളുടെ ആചാരങ്ങളെ നിർത്തിവെപ്പിക്കുകയും ചെയ്യുക എന്നതായിരുന്നു രീതി. മധുര, വൃന്ദാവൻ തുടങ്ങിയ സ്ഥലങ്ങളിൽവരെ അമുസ്ലീങ്ങളുടെ ആചാരങ്ങളെ ഇല്ലാതാക്കിയത് പോലെ ബാബറി മസ്ജിദ് 923 (?) (ഹിജ്റക്ക് ശേഷം)ൽ സമിദ് മൂസ അഷികിന്റെ നേതൃത്വത്തിൽ ശ്രീരാമന്റെ പിതാവിന്റെ സ്ഥലമായിരുന്ന, ആരാധിച്ചിരുന്ന ജന്മസ്ഥാനക്ഷേത്രത്തിൽ പണിതു (പേജ് 9). 'ഹിന്ദുക്കൾക്കിടയിൽ ഇത് സീതാ രസോയി' എന്നാണ് അറിയപ്പെടുന്നത്." (Shykh Azmat Ali Kokoranai Nami, Muraqqah - i Khusrawi or Tarikhi - i Avadh cited by Harsh Narain : The Ayodhya Temple Mosque Dispute : Focus on Muslim sources, 1993, New Delhi, Ponman Publications ISBN 81-85504-16-4).

രജാബ് അലി ബെഗ് സുറൂർ (1787 - 1867) ഫസനാഹ് - ഇ ഇബ്രാതിൽ എഴുതി: "സീതാ രസോയ് ഇരുന്ന സ്ഥലത്ത് ഒരു ഗംഭീര പള്ളി പണിതു. ബാബറിന്റെ ഭരണകാലത്ത് 923(?) (ഹിജ്റക്കുശേഷം) ൽ സയ്യദ് മിർ അഷികന്റെ നേതൃത്വത്തിൽ... ഔറംഗസീബ് ഹനുമാൻ ഗർഹിക്കു മേൽ ഒരു പള്ളി പണിതു. സന്ന്യാസിമാർ ആ പള്ളിക്കുള്ളിൽ ക്ഷേത്രം നിർമ്മിക്കുകയും പരസ്യമായി ബാബറി പള്ളിയുടെ സീതാ രസോയി സ്ഥിതി ചെയ്യുന്നിടത്ത് ആരാധന നടത്തുകയും ചെയ്തു" (പേജ് 71-72)

ഭായ്മാൻ സിംഗ് പോതി ജനം സഖിയുടെ (പതിനെട്ടാം നൂറ്റാണ്ടിന്റെ അവസാനം) അഭിപ്രായപ്രകാരം ഗുരുനാനാക്ക് അയോധ്യയിൽ സന്ദർശനം നടത്തി. തന്റെ മുസ്ലീം അനുയായികളോട് ഇങ്ങനെ പറഞ്ഞു. "മർദന! ഈ അയോധ്യ ശ്രീരാമന്റേതാണ്. അതിനാൽ നമുക്ക് പോയി ദർശനം നടത്താം." (Harsh Narain : The Ayodhya Temple Mosque Dispute : Focus on Muslim Sources, P.14, 1993, New Delhi, Ponman Publications, ISBN 81-85504-16-4).

സ്ഥലവുമായി ബന്ധപ്പെട്ട തർക്കം പലഘട്ടത്തിലും ലഹളയ്ക്കു കളമൊരുക്കി. രേഖപ്പെടുത്തിയ ആദ്യ ലഹള നടന്നത് 1853-ലാണ്; നവാബ് വാജിദ് അലിഷായുടെ ഭരണകാലത്ത്. ഹിന്ദുമതത്തിൽപ്പെട്ട നിർമ്മോഹി അഖാഡെ ക്ഷേത്രം തകർത്താണ് തർക്കമന്ദിരം നിർമ്മിച്ചതെന്നാരോപിച്ചു. ഇടക്കിടെ അക്രമണങ്ങൾ ഉണ്ടായി. അതിനെത്തുടർന്ന് അന്നത്തെ ഭരണകൂടം അവിടെ ക്ഷേത്രം പണിയുന്നതിനും ആരാധനയ്ക്കും വിലക്കേർപ്പെടുത്തി.

1855 വരെ ഹിന്ദുക്കളും മുസ്ലീങ്ങളും ഈ മന്ദിരത്തിൽ ആരാധന നടത്തിയിരുന്നുവെന്നും എന്നാൽ 1857 മുതൽ തർക്കമന്ദിരത്തിന്റെ മുൻഭാഗം മറയ്ക്കുകയും ഹിന്ദുക്കൾക്ക് ഉള്ളിലേക്ക് പ്രവേശനം നിരോധിക്കുകയും അതിന്റെ ഫലമായി മന്ദിരത്തിനു വെളിയിൽ മുൻഭാഗത്തായി ഒരു തറയിൽ ആരാധന നടത്തിയിരുന്നുവെന്നും, 1905-ൽ ഫൈസാബാദ് ജില്ലാ ഗസറ്റിയറിൽ അഭിപ്രായപ്പെട്ടിരുന്നു.

ഹിന്ദുക്കൾ ആരാധന നടത്തിയിരുന്ന തറയിൽ ക്ഷേത്രം പണിയാനുള്ള ശ്രമം 1883-ൽ ആരംഭിച്ചെങ്കിലും 1885-ൽ ഡെപ്യൂട്ടി കമ്മീഷണർ തടഞ്ഞു. ഹിന്ദു പണ്ഡിതനായ രഘുബീർദാസ് ഫൈസാബാദ് സബ് കോടതിയിൽ കേസ് ഫയൽ ചെയ്തു. ആരാധന നടത്തിയിരുന്ന തറയിൽ 17x21 അടി വലുപ്പത്തിൽ ക്ഷേത്രം പണിയാൻ അനുമതിക്കായിരുന്നു കേസ്. അത് തള്ളി. 1886-ൽ അപ്പീൽ ഫയൽ ചെയ്തു. എന്നാൽ സ്ഥലം പരിശോധിച്ചശേഷം ഫൈസാബാദ് ജില്ലാ ജഡ്ജ് അപ്പീൽ തള്ളി. ആ വർഷംതന്നെ മറ്റൊരു അപ്പീൽ കൂടി കൊടുത്തെങ്കിലും ജുഡീഷ്യൽ കമ്മീഷണർ ഡബ്ല്യൂ. യോംഗ് അതും തള്ളി. പിന്നീട് ചില കലഹങ്ങളുണ്ടായി.

1934-ൽ ഒരു കലാപമുണ്ടായി. മന്ദിരത്തിന്റെ ചുറ്റുമതിലിനും ഒരു മിനാരത്തിനും കേടുപാടുകൾ പറ്റി. മുസ്ലീങ്ങൾക്ക് എതിർപ്പുകളെ നേരിടേണ്ടിവന്നിരുന്നു. ഏതെങ്കിലും മുസ്ലീങ്ങൾ മസ്ജിദിന്റെ അടുത്തേക്ക് പോയാൽ ഒച്ചവെക്കുകയും പേരുകൾ വിളിക്കുകയും ചെയ്തിരുന്നു.

1949 ഡിസംബർ 22ന് പൊലീസ് കാവലിലായിരുന്ന മന്ദിരത്തിൽ വിഗ്രഹങ്ങൾ കൊണ്ടുവെച്ചിരുന്നു. പൊലീസ് ഉറക്കത്തിലായിരുന്നപ്പോഴായിരുന്നു ശ്രീരാമന്റേയും സീതയുടേയും വിഗ്രഹങ്ങൾ മന്ദിരത്തിൽ പ്രതിഷ്ഠിച്ചത്. ഇത് മാതാ പ്രസാദ് എന്ന പൊലീസുകാരൻ കാണുകയും അയോധ്യ പൊലീസ് സ്റ്റേഷനിൽ രേഖപ്പെടുത്തുകയും ചെയ്തു. പൊലീസ് എഫ്.ഐ.ആറിൽ പറയുന്നത്: "50-60 ആളുകൾ അടങ്ങുന്ന ഒരു സംഘം മന്ദിരത്തിന്റെ പൂട്ടു തകർത്തോ മതിൽ ചാടിയോ പ്രവേശിച്ചു. പിന്നെ ശ്രീരാമവിഗ്രഹം പ്രതിഷ്ഠിക്കുകയും ഭിത്തിയുടെ അകത്തും പുറത്തും സീതാറാം എന്ന് എഴുതിവെക്കുകയും ചെയ്തു. പിന്നീട് 5000-6000 ആളുകൾ തടിച്ചുകൂടുകയും ഭജനകൾ പാടി ഉള്ളിൽ പ്രവേശിക്കാൻ ശ്രമിക്കുകയും ചെയ്തെങ്കിലും തടയപ്പെട്ടു."

അടുത്ത ദിവസം പകൽ ഹിന്ദുക്കളുടെ വലിയൊരു കൂട്ടം മന്ദിരത്തിൽ പ്രാർത്ഥന നടത്താൻ ശ്രമിച്ചു. ജില്ലാ മജിസ്ട്രേറ്റായിരുന്ന കെ.കെ. നായർ അതു രേഖപ്പെടുത്തുന്നു: "ജനക്കൂട്ടം ഉള്ളിൽ പ്രവേശിക്കാനുള്ള നിശ്ചയത്തോടെ എല്ലാ ശ്രമവും നടത്തി. പൂട്ടു തകർക്കുകയും പൊലീസുകാർ തള്ളിമാറ്റപ്പെട്ട് താഴെ വീഴുകയും ചെയ്തു. ഒരു വിധത്തിൽ ജനക്കൂട്ടത്തിനെ തള്ളിമാറ്റി ഗേറ്റ് വലിയ പൂട്ടിനാൽ പൂട്ടുകയും പൊലീസ് സുരക്ഷ വർധിപ്പിക്കുകയും ചെയ്തു."

ഈ വിവരമറിഞ്ഞ പ്രധാനമന്ത്രി ജവഹർലാൽ നെഹ്റു ഉത്തരപ്രദേശിലെ മുഖ്യമന്ത്രിയായിരുന്ന ഗോവിന്ദ് വല്ലഭ് പന്തിനോട് വിഗ്രഹങ്ങൾ നീക്കം ചെയ്യാൻ ആവശ്യപ്പെട്ടു. പന്തിന്റെ ഉത്തരവനുസരിച്ച് ചീഫ് സെക്രട്ടറി ഭഗവാൻ സാഹെ വിഗ്രഹങ്ങൾ നീക്കം ചെയ്യാൻ ജില്ലാ മജിസ്ട്രേറ്റായിരുന്ന കെ.കെ. നായരെ ചുമതലപ്പെടുത്തി. എന്നാൽ ഹിന്ദുക്കൾ അക്രമാസക്തരാകുമെന്ന് ഭയന്ന് കെ.കെ. നായർ ഉത്തരവ് പാലിക്കാനാകില്ല എന്നറിയിച്ചു.

തർക്കവിഷയത്തിൽ രാജ്യവ്യാപകമായി ശക്തമായ പ്രക്ഷോഭം ആരംഭിക്കുന്നത് 1984-ലാണ്. വിശ്വഹിന്ദു പരിഷത്തായിരുന്നു സംഘടിപ്പിച്ചത്. പൂട്ടു തുറന്ന് പ്രവേശനം അനുവദിക്കണമെന്നായിരുന്നു ആവശ്യം. 1985-ലെ രാജീവ് ഗാന്ധി സർക്കാർ അയോധ്യയിലെ രാമജന്മഭൂമി - ബാബറി മസ്ജിദിന്റെ താഴുകൾ മാറ്റാൻ ഉത്തരവിട്ടു. അതിനുമുമ്പുവരെ ഒരു പൂജാരിക്കുമാത്രം പൂജ ചെയ്യാൻ അനുവാദമുണ്ടായിരുന്നു. പുതിയ ഉത്തരവോടുകൂടി എല്ലാ ഹിന്ദുക്കൾക്കും തുറന്നുകൊടുക്കുകയും പ്രസ്തുത പള്ളിക്ക് ഒരു ഹൈന്ദവ സ്വഭാവമുണ്ടാകുകയും ചെയ്തു.

വി.എൻ. അശോകൻ

1989 നവംബറിൽ നിശ്ചയിച്ചിരുന്ന ലോകസഭാ തെരഞ്ഞെടുപ്പിനു മുമ്പായി തർക്ക പ്രദേശത്ത് ശിലാന്യാസം (കല്ലിടൽ പൂജ) നടത്താൻ വിശ്വഹിന്ദു പരിഷത്തിന് അനുമതി ലഭിച്ചു. ഇത് വലിയ പ്രതിഷേധമുണ്ടാക്കി.

തുടർന്ന് നീതിന്യായ വ്യവസ്ഥകളിലും സർക്കാർ തീരുമാനങ്ങളിലും ശ്രദ്ധ പതിപ്പിച്ചുകൊണ്ട് അവകാശവാദികൾ മുന്നോട്ടുപോയി. വർഷങ്ങൾ നീണ്ടു. ഇതിനിടയിൽ പലവിധത്തിലുള്ള സംഘർഷങ്ങൾക്കും ഇന്ത്യാ രാജ്യം സാക്ഷിയായി.

ബി.ജെ.പി.യുടെ മുതിർന്ന നേതാവായ എൽ.കെ അദ്വാനിയുടെ നേതൃത്വത്തിൽ സോമനാഥക്ഷേത്രം മുതൽ അയോധ്യ വരെ 10,000 കിലോമീറ്റർ രഥയാത്ര സംഘടിപ്പിച്ചു. 1990 ഒക്ടോബറിൽ അദ്വാനിയെ ബീഹാറിൽവെച്ച് അറസ്റ്റുചെയ്തതിന്റെ ഫലമായി വി.പി. സിംഗ് സർക്കാരിനുള്ള പിന്തുണ ബി.ജെ.പി. പിൻവലിച്ചു. നവംബറിൽ മന്ത്രിസഭ രാജി സമർപ്പിച്ചു.

1991-ൽ ഉത്തരപ്രദേശിൽ ബി.ജെ.പി. അധികാരത്തിൽ വന്നു. രാമക്ഷേത്രനിർമ്മാണാവശ്യം കൂടുതൽ ശക്തമായി.

1992 ഡിസംബർ 6ന് അത് സംഭവിച്ചു.

■

കോടതിവിധി
പുനഃപരിശോധനാവശ്യം

ബാബറി-മസ്ജിദ് കേസിൽ സുപ്രീം കോടതി വിധി പുനഃപരിശോധി ക്കണമെന്നാണ് 99 ശതമാനം മുസ്ലീങ്ങളും ആഗ്രഹിക്കുന്നതെന്ന് അഖി ലേന്ത്യാ മുസ്ലീം വ്യക്തിനിയമബോർഡ് പറഞ്ഞു. കേസിൽ വ്യക്തി നിയമ ബോർഡ് കക്ഷിയല്ല; നേരത്തെ തന്നെ തങ്ങളുടെ നയം പുനഃപരി ശോധിച്ച് ഹർജി നല്കുമെന്ന് വ്യക്തമാക്കിയിരുന്നു. വിധിയിൽ നിരവധി വൈരുദ്ധ്യങ്ങളുണ്ടെന്നും രാജ്യത്തെ നീതിന്യായവ്യവസ്ഥയിൽ വിശ്വാസ മുണ്ടെന്നും അതുകൊണ്ടാണ് പുനഃപരിശോധന ഹർജി നല്കുന്ന തെന്നും ബോർഡ് ജനറൽ സെക്രട്ടറി മൗലാന വാലി റഹ്മാനി പറഞ്ഞു.

അക്കാദമിക-സാംസ്കാരികരംഗത്തെ പ്രമുഖരായ ചില വ്യക്തിത്വങ്ങൾ അയോധ്യ വിധി പുനഃപരിശോധിക്കണമെന്ന് അഭിപ്രായപ്പെട്ടവരാണ്. ജയന്തി ഘോഷ്, ബദ്രി റൈന, ധീരേന്ദ്ര കെ. ഝാ, ഗീത ഹരിഹരൻ, ഇർഫാൻ ഹബീബ്, മധുശ്രീ ദത്ത, പമേല ഫിലിപ്പോസ്, രാധികാ മേനോൻ, എസ്.കെ. പാണ്ഡെ, വജഹത് ഹബീബുല്ല തുടങ്ങി 102 പേർ പുറപ്പെടുവിച്ച പ്രസ്താവനയിലാണ് ഈ ആവശ്യം ഉന്നയിച്ചിട്ടുള്ളത്.

"ഹൃദയത്തിൽ നീതിയും ന്യായവുമുള്ളവരെ വിധി ആശങ്കയി ലാഴ്ത്തുന്നു. നിയമവിരുദ്ധ പ്രവർത്തനമെന്ന് കോടതി സ്വയം നിരീക്ഷിച്ച ബാബറി മസ്ജിദ് പൊളിച്ച സംഭവമാണ് ഈ വിധിയുണ്ടാകാൻ കാരണം. പള്ളി നിലനിന്നിരുന്നുവെങ്കിൽ ഹിന്ദു വിഭാഗത്തിന് ഭൂമി കൈമാറുക കോടതിക്ക് അത്ര എളുപ്പമാവില്ലായിരുന്നു.

മുഗൾ, നവാബി കാലഘട്ടത്തിൽ ബാബറി മസ്ജിദിൽ പ്രാർത്ഥന നിർത്തിവെച്ചിരുന്നുവെന്ന സുപ്രീംകോടതി അനുമാനത്തിന് തെളിവിന്റെ കണികപോലുമില്ല. ബാബറി പള്ളി നിലനിന്നിടത്താണ് രാമൻ ജനിച്ച തെന്ന് ഹിന്ദുക്കൾ പണ്ടുമുതലേ വിശ്വസിച്ചിരുന്നുവെന്ന കോടതി അനു മാനത്തിനും തെളിവില്ല. അതേസമയം രാമൻ ജനിച്ചത് അയോധ്യയി ലാണ് എന്ന ഹിന്ദുവിശ്വാസത്തെ ഇതുമായി കൂട്ടിക്കലർത്തരുത്." പ്രസ്താവനയിൽ അവർ പറഞ്ഞു.

അതേസമയം, അയോധ്യകേസിൽ പുനഃപരിശോധന ഹർജി നല്കാനുള്ള മുസ്ലീം സംഘടനകളുടെ തീരുമാനം ഇരട്ടത്താപ്പാണെന്ന് ആർട്ട് ഓഫ് ലിവിംഗ് സ്ഥാപകൻ ശ്രീ ശ്രീ രവിശങ്കർ അഭിപ്രായപ്പെട്ടു. രാജ്യത്തിന്റെ സമ്പദ്‌രംഗം ശക്തിപ്പെടുത്തുന്നതിന് മുസ്ലീങ്ങളും ഹിന്ദുക്കളും ഒരുമിച്ചു മുന്നോട്ടുപോകണം. തർക്കഭൂമിയിൽ പള്ളി പണിയണമെന്ന നിലപാടിൽ ഒരു വിഭാഗം ഉറച്ചുനിന്നില്ലായിരുന്നുവെങ്കിൽ അയോധ്യ വിഷയം വളരെ മുമ്പുതന്നെ പരിഹരിക്കപ്പെടുമായിരുന്നു. കാലങ്ങളായി നിലനില്ക്കുന്ന തർക്കം പരിഹരിച്ച സുപ്രീംകോടതിയുടെ തീരുമാനം ഉചിതമായി. തർക്കഭൂമിയിൽ പള്ളിനിർമ്മിക്കണമെന്ന പിടിവാശി അർത്ഥരഹിതമാണ്. തർക്കഭൂമിയുടെ ഒരു ഭാഗത്ത് ക്ഷേത്രവും മറുഭാഗത്ത് പള്ളിയും നിർമ്മിച്ച് പ്രശ്നം പരിഹരിക്കാൻ രണ്ടു വിഭാഗങ്ങളും ശ്രമം നടത്തണമെന്ന് 2003 മുതൽ താൻ പറയുന്നതാണെന്നും ശ്രീ ശ്രീ രവിശങ്കർ പറഞ്ഞു.

കോടതി തീരുമാനമെടുക്കുമ്പോൾ അതിൽ എല്ലാവർക്കും ഒരുപോലെ സന്തോഷം ഉണ്ടായിക്കൊള്ളണമെന്നില്ല. വ്യത്യസ്തരായ ആളുകൾക്ക് വ്യത്യസ്ത കാഴ്ചപ്പാടുകളാവും ഉണ്ടാവുക. സുപ്രീംകോടതിവിധി എന്തായാലും അത് അംഗീകരിക്കണമെന്ന് മുൻപ് പറഞ്ഞവർ ഇപ്പോൾ നിലപാട് മാറ്റി. വിധി പുനഃപരിശോധിക്കണമെന്നാണ് അവർ പറയുന്നത്. ഇത് ഇരട്ടത്താപ്പാണ് - രവിശങ്കർ അഭിപ്രായപ്പെട്ടു.

സുപ്രീംകോടതിയിൽ പുനഃപരിശോധനാഹർജി വന്നെങ്കിലും കോടതി അവരുടെ വിധിയിൽ മാറ്റം വരുത്തിയില്ല. അതിനാൽ ബാബറി മസ്ജിദ് - രാമജന്മഭൂമി തർക്കവിഷയത്തിൽ സുപ്രീംകോടതിയുടെ അന്തിമതീർപ്പ് പ്രാബല്യത്തിലായി. ∎

നാൾവഴികൾ

- 1528 – മുഗൾ ചക്രവർത്തി ബാബറുടെ ഗവർണർ ജനറലായിരുന്ന മിർ ബക്വി ബാബറി മസ്ജിദ് പണിതു. (Babri Masjid : Agony of Demolition Symbol of Resurgence, December 2007, Deccan House, Berison Town, Bangalore 560 046).
- 1853 – പുരാതന രാമക്ഷേത്രം തകർത്താണ് മുഗൾ ചക്രവർത്തി ബാബർ പള്ളി നിർമ്മിച്ചതെന്നാരോപിച്ച് നിർമ്മോഹി അഖാഡെ എന്ന ഹൈന്ദവ വിഭാഗം ബാബറി മസ്ജിദിൽ അവകാശവാദമുന്നയിക്കുന്നു.
- 1853–55 – അയോധ്യയിൽ വിവിധ ഭാഗങ്ങളിൽ ഹിന്ദു-മുസ്ലീം സംഘർഷം.
- 1883 മെയ് – ക്ഷേത്രം പുനഃസ്ഥാപിക്കുന്നതിനു മുസ്ലീംകളുടെ എതിർപ്പിനെ തുടർന്ന് ഫൈസാബാദ് പൊലീസ് ഡെപ്യൂട്ടി കമ്മീഷണർ അനുമതി നിഷേധിക്കുന്നു.
- 1885 – പുരോഹിതനായ രഘുബീർദാസ് ക്ഷേത്രം പണിയാൻ അനുമതി തേടി കോടതിയിൽ ഹർജി നല്കുന്നു.
- 1886 മാർച്ച് – രഘുബീർദാസിന്റെ ഹർജിക്ക് ജഡ്ജി അനുമതി നിഷേധിക്കുന്നു. അപ്പീൽ കൊടുത്തെങ്കിലും അതും തള്ളുന്നു.
- 1870 – ബ്രിട്ടീഷുകാരനായ എഫ്.ആർ. നെവിൽ തയ്യാറാക്കിയ ഫൈസാബാദ് ഗസറ്റിയറിൽ ബാബറി മസ്ജിദ് എന്നതിനുപകരം ജന്മസ്ഥാൻ – മസ്ജിദ് എന്നു പ്രയോഗിക്കുന്നു. പ്രദേശം തർക്കസ്ഥലം എന്ന നോട്ടീസ് ബോർഡ് സ്ഥാപിച്ചതായും പരാമർശം.
- 1934 – പള്ളിക്കുനേരെ ആക്രമണം. അക്രമി സംഘം ഗേറ്റും ഗോപുരവും തകർത്തു. പ്രദേശത്തെ ഹിന്ദുക്കൾക്ക് കൂട്ടപ്പിഴ ചുമത്തിയ ബ്രിട്ടീഷ് സർക്കാർ പള്ളി സർക്കാർ ചെലവിൽ കേടുപാടു തീർത്തു.
- 1949 ഡിസംബർ 22 – ബാബറി മസ്ജിദിനകത്ത് അതിക്രമിച്ചു കയറിയ സംഘം ശ്രീരാമവിഗ്രഹം പ്രതിഷ്ഠിക്കുന്നു. തുടർന്ന് ഹൈന്ദവരും മുസ്ലീങ്ങളും പള്ളിയിൽ കടക്കുന്നത് ജില്ലാ ഭരണകൂടം തടയുന്നു.

- 1950 ജനുവരി – ആരാധനാ സ്വാതന്ത്ര്യം തേടി ഗോപാൽസിംഗ് വിശാരദ് കോടതിയിൽ. വിഗ്രഹം നീക്കുന്നത് തടഞ്ഞ കോടതി ആരാധനയ്ക്കു ഭംഗം വരുത്തുന്നതും തടഞ്ഞു. വിഗ്രഹം നീക്കുന്നതിൽനിന്നും ആരാധനയ്ക്കു ഭംഗം വരുത്തുന്നതിൽനിന്നും സർക്കാരിനേയും മുസ്ലീങ്ങളേയും തടയണമെന്ന് രണ്ടു ഹർജികളിലൂടെ ആവശ്യപ്പെടുന്നു.
- 1959 – തർക്കസ്ഥലത്തിന്റെ മാനേജർ തങ്ങളാണെന്ന് അവകാശപ്പെട്ട് നിർമ്മോഹികൾ കോടതിയിൽ.
- 1961 – പള്ളിയിൽനിന്ന് വിഗ്രഹം നീക്കംചെയ്യണമെന്ന് ആവശ്യപ്പെട്ട് വഖഫ് ബോർഡ് കോടതിയിൽ.
- 1984 ഒക്ടോബർ – ബാബറി മസ്ജിദ് തർക്കം ദേശീയ പ്രശ്നമാക്കുന്നതിന് വി.എച്ച്.പി.യുടെ തീരുമാനം
- 1984 ഒക്ടോബർ 8 – അയോധ്യയിൽ നിന്ന് ലഖ്നോവിലേക്ക് വി.എച്ച്.പി.യുടെ 130 കിലോമീറ്റർ ലോങ്ങ് മാർച്ച്.
- 1984 ഒക്ടോബർ 14 – ക്ഷേത്രം പുനഃസ്ഥാപിക്കുക, ഹിന്ദുക്കൾക്ക് പൂജയ്ക്ക് അനുമതി നല്കുക എന്നീ ആവശ്യങ്ങളുമായി ലോങ്ങ് മാർച്ച് ലഖ്നോവിൽ.
- 1985 – പള്ളിയുടെ പരിസരം ഉപയോഗിക്കാൻ പുരോഹിതർക്ക് പ്രാദേശിക കോടതിയുടെ അനുമതി.
- 1986 ഫെബ്രുവരി 1 – തർക്കമന്ദിരത്തിന്റെ പൂട്ടുകൾ തുറന്ന് ഹൈന്ദവർക്ക് ദർശനത്തിന് അനുമതി. മുസ്ലീങ്ങൾ പ്രശ്നമുണ്ടാക്കരുതെന്ന് യു.പി. വഖഫ് മന്ത്രി.
- 1989 ജൂൺ – ബാബറി മസ്ജിദ് പ്രശ്നം ഏറ്റെടുത്ത് ബി.ജെ.പി. പ്രമേയം അവതരിപ്പിക്കുന്നു.
- 1989 നവംബർ 9 – ലോകസഭാ തെരഞ്ഞെടുപ്പിനു ദിവസങ്ങൾമാത്രം ഉള്ളപ്പോൾ രാജീവ് ഗാന്ധി സർക്കാർ തർക്കമന്ദിരസ്ഥലത്ത് ക്ഷേത്രത്തിനു ശിലാസ്ഥാപനം നടത്താൻ അനുമതി നല്കുന്നു. തർക്കസ്ഥലത്തു നടത്തിയ തറക്കല്ലിടൽ തർക്കസ്ഥലത്തല്ലെന്ന് പ്രചരിപ്പിക്കാൻ നീക്കം.
- 1990 ജനുവരി 8 – സ്ഥലത്തെച്ചൊല്ലിയുള്ള തർക്കം പരിഹരിക്കുന്നതുവരെ ക്ഷേത്രനിർമ്മാണം തടയണമെന്ന് സ്പെഷ്യൽ ജുഡീഷ്യൽ കോടതി മുമ്പാകെ അപേക്ഷ.
- 1990 ഫെബ്രുവരി 14 – ക്ഷേത്രനിർമ്മാണം തുടങ്ങാൻ ശുഭസമയം വി.എച്ച്.പി. പ്രഖ്യാപിക്കുന്നു. പ്രധാനമന്ത്രി വി.പി. സിങ്ങ് തിയ്യതി മാറ്റിവെപ്പിക്കുന്നതിൽ വിജയിക്കുന്നു.
- 1990 ജൂൺ 8 – ക്ഷേത്ര നിർമ്മാണത്തിനുള്ള പുതിയ അന്തിമ തിയ്യതിയായി വി.എച്ച്.പി. ഒക്ടോബർ മാസം പ്രഖ്യാപിക്കുന്നു.

- 1990 ആഗസ്റ്റ് - എൽ.കെ. അദ്വാനിയുടെ നേതൃത്വത്തിൽ അയോധ്യ യിൽ സമാപിക്കുന്ന പതിനായിരം കിലോമീറ്റർ രഥയാത്ര ആരംഭി ക്കാൻ തീരുമാനം.
- 1990 സെപ്തംബർ - എൽ.കെ. അദ്വാനി സോമനാഥ്-അയോധ്യ രഥ യാത്ര ആരംഭിക്കുന്നു.
- 1990 ഒക്ടോബർ - അദ്വാനിയെ ബീഹാറിൽ അറസ്റ്റ് ചെയ്തു. വി.പി. സിംഗ് മന്ത്രിസഭയ്ക്കുള്ള പിന്തുണ ബി.ജെ.പി. പിൻവലിച്ചു.
- 1990 നവംബർ - വി.പി. സിംഗ് മന്ത്രിസഭ ഇല്ലാതായി.
- 1991 - തർക്കപ്രദേശത്തിലുള്ള ചരിത്രപരവും പുരാവസ്തുഗവേഷണ പഠനപരവുമായ അവകാശവാദങ്ങൾ പരിശോധിക്കുന്നതിനായി നാലു വിദഗ്ദ്ധ സംഘങ്ങളെ നിയോഗിക്കാൻ വി.എച്ച്.പി.യും ആൾ ഇന്ത്യാ ബാബറി മസ്ജിദ് ആക്ഷൻ കമ്മിറ്റിയും തീരുമാനിക്കുന്നു. ബാബറി കമ്മിറ്റിയുടെ അവകാശവാദങ്ങൾ വി.എച്ച്.പി. നിരാകരിക്കുന്നു.
- 1992 ജൂലായ് - സ്ഥിരം നിർമ്മാണത്തിന്റെ ആദ്യഘട്ടമായി മൂന്നടി ഉയരത്തിലുള്ള തറ ഉയർന്നു. നിർമ്മാണം നിർത്തിവെയ്ക്കണമെന്നു യു.പി. സർക്കാരിന് സുപ്രീംകോടതിയുടെ നിർദ്ദേശം.
- 1992 നവംബർ 23 - അയോധ്യപ്രശ്നത്തിൽ ഭരണഘടനയും നിയമ വാഴ്ചയും ഉയർത്തിപ്പിടിക്കുന്നതിന് എന്തു നടപടി സ്വീകരിക്കുന്ന തിനും ദേശീയോദ്ഗ്രഥന കൗൺസിൽ (NIC) പ്രധാനമന്ത്രിക്ക് പൂർണ്ണ സമ്മതം നൽകി.
- 1992 ഡിസംബർ 6 - കർസേവകർ ബാബറി മസ്ജിദ് തകർത്തു. രാജ്യമെങ്ങും സംഘർഷം. എൽ.കെ. അദ്വാനിക്കും വി.എച്ച്.പി., ബി.ജെ.പി. നേതാക്കൾക്കും മറ്റുമെതിരെ കേസ്.
- 1992 ഡിസംബർ 7 - ബാബറി മസ്ജിദ് അതേ സ്ഥാനത്ത് പുനഃ സ്ഥാപിക്കുമെന്ന് പ്രധാനമന്ത്രി നരസിംഹറാവു.
- 1992 ഡിസംബർ 16 - ലിബർഹാൻ കമ്മീഷനെ അന്വേഷണത്തിന് നിയോഗിക്കുന്നു.
- 1992 ഡിസംബർ 27 - തർക്കമന്ദിരം തകർത്ത സ്ഥാനത്ത് പണിത താത്ക്കാലികക്ഷേത്രത്തിൽ ദർശനത്തിന് അനുമതി.
- 1993 - തർക്കമന്ദിരം തകർത്തതിനുശേഷം പ്രദേശത്തെ നിലവിലുള്ള അവസ്ഥ തുടരുംവിധം പ്രധാനമന്ത്രി റാവുവിന്റെ സർക്കാർ ചില പ്രദേശങ്ങൾ ഏറ്റെടുക്കുന്നു.
- 1993 ജനുവരി - തർക്കമന്ദിരം നിന്ന സ്ഥലത്തുനിർമ്മിച്ച താത്ക്കാലിക ക്ഷേത്രത്തിൽ ആരാധന നടത്തുന്നതിന് സുപ്രീംകോടതിയുടെ അനു മതി.

- 1997 ഫെബ്രുവരി - സർക്കാർ അക്വയർ ചെയ്ത ജന്മഭൂമി സ്ഥാനത്തിന്റെ ചുമതലക്കാരനായിരുന്ന ഫൈസാബാദ് ജില്ലാ മജിസ്‌ട്രേറ്റ് അമിതാഭ് ശ്രീവാസ്തവയെ കൊല്ലപ്പെട്ട നിലയിൽ കണ്ടെത്തി.
- 2005-ൽ മന്ദിരം ആക്രമിക്കുകയും അക്രമികൾ സുരക്ഷാസേനയുടെ വെടിയേറ്റ് വീഴുകയും ചെയ്തു. ആ സംഭവത്തിൽ മൂന്ന് സി.ആർ.പി.എഫ്. ജവാന്മാർക്ക് പരിക്കേറ്റു.
- 2009 ജൂൺ 30 - ലിബർഹാൻ കമ്മീഷൻ റിപ്പോർട്ട് സമർപ്പിച്ചു.
- 2009 നവംബർ 23 - ലിബർഹാൻ റിപ്പോർട്ട് ചോർന്നു.
- 2009 നവംബർ 24 - ലിബർഹാൻ റിപ്പോർട്ട് പാർലമെന്റിൽ വെച്ചു.
- 2010 സെപ്തംബർ 23 - ബാബറി മസ്ജിദ് ഭൂമിയുടെ ഉടമസ്ഥാവകാശം സംബന്ധിച്ച കേസിൽ അലഹാബാദ് ഹൈക്കോടതി വിധി പറയാൻ ഒരു ദിവസം ശേഷിക്കേ സുപ്രീംകോടതി ഒരാഴ്ചത്തേക്ക് സ്റ്റേ ചെയ്തു.
- 2010 സെപ്തംബർ 30 - തർക്കഭൂമി മൂന്നു വിഭാഗങ്ങൾക്ക് തുല്യമായി വീതിക്കണമെന്ന് അലഹാബാദ് ഹൈക്കോടതിയുടെ ലക്‌നോ ബഞ്ച് വിധിച്ചു. രാമക്ഷേത്രം തകർത്താണ് പള്ളി നിർമ്മിച്ചതെന്നും അതിനാൽ പള്ളിയുടെ ഭൂമിയിൽ ഹിന്ദുക്കൾക്ക് അവകാശമുണ്ടെന്നും ചരിത്രപ്രധാനവിധിയിൽ കോടതി വ്യക്തമാക്കി.
- 2011 മെയ് 8 - രാജ്യത്തെ പരമോന്നത കോടതി 2010 സെപ്തംബർ 30-ലെ അലഹാബാദ് ഹൈക്കോടതിയുടെ വിധിക്ക് സ്റ്റേ പ്രഖ്യാപിച്ചു.
- 2014 ഡിസംബർ 3 - ബാബറി മസ്ജിദ് തർക്കകേസിൽനിന്ന് പിന്മാറുന്നതായി ഹരജിക്കാരിൽ ഒരാളായ ഹാഷിം അൻസാരി പ്രഖ്യാപിച്ചു.
- 2019 നവംബർ 9 - സുപ്രീംകോടതിയുടെ അന്തിമ വിധി. തർക്കഭൂമി രാമക്ഷേത്രനിർമ്മാണത്തിന് വിട്ടുകൊടുക്കണം. 25 ഏക്കർ മസ്ജിദ് നിർമ്മാണത്തിനായി നല്കണം.

വിധിക്കുശേഷം

ബാബറി മസ്ജിദ് ധ്വംസനത്തിനുശേഷം ഇന്ത്യാരാജ്യത്തെ രണ്ടായി പകുക്കുന്ന അനുഭവമാണുണ്ടായത്. ഹിന്ദു-മുസ്ലീം വികാരം വ്രണിതമായി. ഇന്ത്യയുടെ മതേതര ജനാധിപത്യ പാരമ്പര്യത്തെ ആഴത്തിൽ മുറിവേല്പിച്ചു.

ഇന്ത്യയുടെ രാഷ്ട്രീയ ചരിത്രത്തിൽ പലവിധത്തിലും പ്രാധാന്യമുള്ള സംഭവമായിരുന്നു ബാബറി മസ്ജിദ് - രാമജന്മഭൂമി തർക്കം. ഇന്ത്യൻ നാഷണൽ കോൺഗ്രസ്സിന്റെ ഗതിമാറ്റത്തിനും ശോഷണത്തിനും തളർച്ചക്കും ഇത് കാരണമായതായി രാഷ്ട്രീയ നിരീക്ഷകർ വിലയിരുത്തുന്നുണ്ട്. ഇതേ വിഷയം തന്നെ ബി.ജെ.പി.യുടെ വളർച്ച വേഗത്തിലാക്കിയതായി കാണാം.

പ്രസ്തുത തർക്കത്തിൽ നെഹ്റുവിന്റേയും രാജീവ് ഗാന്ധിയുടേയും ഇടപെടൽ പ്രത്യേകം പരാമർശവിധേയമായിട്ടുണ്ട്. രണ്ടുപേരുടേയും പ്രധാനമന്ത്രി ഭരണകാലഘട്ടത്തിലാണ് തർക്കത്തിന്റെ പ്രധാന രണ്ടു ഘട്ടങ്ങൾ കടന്നുപോയത്. 1949 ൽ ജവഹർലാൽ നെഹ്റു പ്രധാനമന്ത്രിയായിരുന്ന കാലത്താണ് പള്ളിക്കകത്ത് രാമവിഗ്രഹം കൊണ്ടുവെച്ച സംഭവം ഉണ്ടായത്. അത് എടുത്തുമാറ്റാനും പള്ളി അടച്ചിടാനും അദ്ദേഹം നിർദ്ദേശം നല്കി. കരുത്തുള്ള ഒരു ഭരണാധികാരിയുടെ പ്രതിജ്ഞാബദ്ധതയായി ഈ ഇടപെടലിനെ നിരീക്ഷിക്കുന്നവരുണ്ട്.

രാജീവ് ഗാന്ധി പ്രധാനമന്ത്രിയായിരുന്ന കാലത്താണ് പള്ളി പിന്നീട് തുറക്കുന്നത്. രാജ്യത്ത് വിഘടനവാദം ശക്തിപ്പെടുന്ന കാലത്താണ് ഇന്ദിരാഗാന്ധിയുടെ കൊലപാതകശേഷം നടന്ന തിരഞ്ഞെടുപ്പിൽ 414 സീറ്റുകൾ നേടി കോൺഗ്രസ്സിന്റെ നേതാവായി രാജീവ് ഗാന്ധി പ്രധാനമന്ത്രിപദത്തിലെത്തുന്നത്. രാചന്ദ്രഗുഹയെപ്പോലുള്ള രാഷ്ട്രീയ നിരീക്ഷകർ ഈ സമയം രാജീവ് ഗാന്ധിയുടെ രാഷ്ട്രീയരംഗത്തെ പരിചയക്കുറവാണ് പള്ളി തുറന്നുകൊടുക്കാനുള്ള തീരുമാനമെടുപ്പിച്ചത് എന്ന അഭിപ്രായക്കാരായിരുന്നു. പഞ്ചാബിലും വടക്കുകിഴക്കൻ സംസ്ഥാനങ്ങളിലും വിഘടന തീവ്രവാദത്തിന്റെ സാന്നിദ്ധ്യമുണ്ടായിരുന്നു അന്ന്.

1985–ലാണ് ഷാബാനു കേസിൽ സുപ്രീംകോടതി വിധി പ്രസ്താവിച്ചത്. ഭാര്യക്ക് മുൻ ഭർത്താവ് ജീവനാംശം കൊടുക്കണമെന്നായിരുന്നു കോടതി ഉത്തരവ്. ഇത് മുസ്ലീം യാഥാസ്ഥിതികർക്കിടയിൽ കടുത്ത വിയോജിപ്പുണ്ടാക്കി. മുസ്ലീം മതവിഭാഗം കോൺഗ്രസിൽനിന്ന് അകലുന്നു എന്ന അന്തരീക്ഷം ഉടലെടുത്തു. അതിനായി പ്രത്യേകം ബിൽ കൊണ്ടുവന്നു; അവരെ സംതൃപ്തരാക്കി കൂടെ നിർത്താൻ ശ്രമിച്ചു. ഇത് ഹിന്ദുക്കൾക്കിടയിൽ അസ്വാരസ്യങ്ങളുണ്ടാക്കി. ന്യൂനപക്ഷങ്ങളുടെ പേരിൽ ഒരു പ്രത്യേക മതവിഭാഗത്തെ സംരക്ഷിക്കുകയാണെന്ന ആരോപണമുണ്ടായി. ഉടനെ വന്ന കീഴ്ക്കോടതി വിധി അടിസ്ഥാനമാക്കി ശിലാന്യാസത്തിന് ബാബറി മസ്ജിദ് ഹിന്ദുക്കൾക്ക് തുറന്നുകൊടുത്തു.

സമാധാനം ലക്ഷ്യമിട്ടാണ് നെഹ്റു ബാബറി മസ്ജിദ് അടച്ചുപൂട്ടിയത്. രാജീവ്ഗാന്ധിയുടെ തീരുമാനം വിഷയം കൂടുതൽ സംഘർഷാത്മകമാക്കാനേ ഉതകിയുള്ളൂ. മുസ്ലീം സമൂഹം ഒന്നാകെ കോൺഗ്രസ്സിനെതിരാവുന്നതാണ് പിന്നീട് കണ്ടത്. കോൺഗ്രസ്സിന്റെ തളർച്ച തുടങ്ങുന്നത് ഇവിടം മുതലാണെന്ന് രാഷ്ട്രീയ ചിന്തകർ വിലയിരുത്തുന്നു.

ബി.ജെ.പി.യുടെ വളർച്ച വേഗത്തിലാകുന്നതും ഇതിനുശേഷമാണ്. ശിലാന്യാസത്തിനുശേഷം എൽ.കെ. അദ്വാനിയുടെ നേതൃത്വത്തിൽ രഥ യാത്ര നടത്തി. രാമജന്മഭൂമി-ബാബറി മസ്ജിദ് വിവാദം പ്രക്ഷുബ്ധമായി നില്ക്കുന്ന സന്ദർഭത്തിലാണ് ദൂരദർശൻ അതിന്റെ പൂർണ്ണ നെറ്റ്വർക്കിൽ രാമാനന്ദസാഗറിന്റെ രാമായണം ടെലിവിഷൻ പരമ്പര പ്രക്ഷേപണം ചെയ്യുന്നത്. ബി.ജെ.പി. ഇന്ന് ഇന്ത്യയിൽ അധികാരത്തിലിരിക്കുന്നതിന്റെ അനുകൂലഘടകങ്ങളിൽ പ്രധാനമാണ് രാമജന്മഭൂമി-ബാബറി മസ്ജിദ് തർക്കവിവാദവിഷയം.

സുപ്രീംകോടതി വിധിയ്ക്കുശേഷം ഇന്ത്യൻ സമൂഹത്തെ ബാധി ക്കുന്ന നിരവധി വിഷയങ്ങൾ, പ്രശ്നങ്ങൾ, ഉയർന്നുവരുന്നുണ്ട്. പള്ളി തകർക്കലിന് ആധാരമായത് എന്ത് എന്നുള്ളതും ശ്രദ്ധിക്കേണ്ടതാണ്. **ഒന്ന്** മുസ്ലീം വ്യക്തിനിയമം (ശരീഅത്തുമായി ബന്ധപ്പെട്ടുവരുന്ന സുപ്രീം കോടതി വിധി.) **രണ്ട്**, മണ്ഡൽ കമ്മീഷൻ റിപ്പോർട്ടിലെ ശുപാർശകൾ നടപ്പിലാക്കാൻ (1990 ആഗസ്റ്റ്) തീരുമാനിച്ചത്. കൂടാതെ മറ്റു ചിലതും.

166 വർഷത്തെ പഴക്കമുള്ള രാമജന്മഭൂമി-ബാബറി മസ്ജിദ് തർക്കം വർഗ്ഗീയ വിഷയമായി പരിണമിക്കുന്നത്, 1985-നു ശേഷമാണ്. 1985 ഏപ്രിൽ 23നാണ് സുപ്രീംകോടതി ഷാബാനുബീഗവും ഭർത്താവ് അഹ മ്മദ്ഖാനുമായുള്ള കേസിൽ വിധി പറയുന്നത്. ഈ വ്യവഹാരത്തിൽ മുസ്ലീം വിവാഹമുക്തയ്ക്ക് ജീവനാംശം നല്കാൻ മുൻഭർത്താവായ അഹ മ്മദ്ഖാൻ ബാധ്യസ്ഥനാണെന്നായിരുന്നു ആ വിധി. ഈ വിധിയെ മുസ്ലീം യഥാസ്ഥിതികരും തീവ്ര മുസ്ലീം മതമൗലികവാദികളുമായവർ ഒഴികെ യുള്ളവർ ശ്ലാഘിച്ചു. വളരെ പുരോഗമനപരം എന്നാണ് പൊതുവെ വില യിരുത്തിയത്. യാഥാസ്ഥിതികരുടെ വാദം തങ്ങളുടെ മതവിശ്വാസത്തിന്റെ ഭാഗമായ വ്യക്തിനിയമത്തിൽ (ശരീഅത്ത്) ഇടപെടാൻ കോടതിക്കധി കാരമില്ല എന്നായിരുന്നു.

എന്നാൽ അന്ന് പ്രധാനമന്ത്രിയായിരുന്ന രാജീവ് ഗാന്ധിയുടെ നേതൃത്വത്തിലുള്ള കോൺഗ്രസ്സ് സർക്കാർ മുസ്ലീം യാഥാസ്ഥിതികരുടെ താത്പര്യത്തിന് വിധേയമായി. മുസ്ലീം പ്രീണനം എന്നു ഖ്യാതി നേടിയ ആ തീരുമാനം മതസൗഹാർദ്ദത്തെ പരുക്കേല്പിക്കുന്നതായിരുന്നു. വോട്ട് ലക്ഷ്യമാക്കി സുപ്രീംകോടതി വിധി മറി കടക്കുന്നതിന് മുസ്ലീം വനിതാ ബിൽ കൊണ്ടുവന്നു. മുസ്ലീങ്ങളെ സംരക്ഷിക്കുകയാണ് സർക്കാർ എന്ന് ഹൈന്ദവർ വിശ്വസിച്ചു. ഇന്ത്യയിലെ ഭൂരിപക്ഷമായ ഹൈന്ദവരുടെ താത്പര്യം സർക്കാൻ സംരക്ഷിക്കുകയില്ല എന്ന് അവർ ഉറച്ച് വിശ്വസിച്ചു. വലിയ വിവാദത്തിനും സംവാദത്തിനും കാരണമായ ഈ വിഷയം രാജ്യ ത്താകെ കത്തിപ്പടർന്നു. അതിനുശേഷമാണ് ഹൈന്ദവ വലതുപക്ഷം എന്നു വിളിക്കാവുന്ന മത-മൗലികവാദികൾ രാമജന്മഭൂമി - ബാബറി മസ്ജിദ് വിഷയം ഒരു ദേശീയ വിഷയമാക്കുന്നത്. വിശ്വഹിന്ദു പരിഷ ത്തിനും ബി.ജെ.പി.ക്കും ആർ.എസ്.എസിനും രാമക്ഷേത്രനിർമ്മാണം

മുഖ്യ അജണ്ടയായി. അതിന്റെ ഫലമായി അവർക്ക് രാഷ്ട്രീയ സ്വാധീനം വർദ്ധിപ്പിക്കായി. 1984 ലെ പാർലമെന്റ് തിരഞ്ഞെടുപ്പിൽ കേവലം രണ്ട് സീറ്റുണ്ടായിരുന്ന ബി.ജെ.പി.ക്ക് അടുത്ത തിരഞ്ഞെടുപ്പിൽ 182 സീറ്റായി.

മണ്ഡൽ കമ്മീഷൻ റിപ്പോർട്ടാണ് മറ്റൊരു വിഷയം. 1978-ൽ നിയമി തനായ മണ്ഡൽ കമ്മീഷൻ 1983-ൽ റിപ്പോർട്ട് സമർപ്പിച്ചു. അന്നത്തെ സർക്കാർ റിപ്പോർട്ട് നടപ്പിലാക്കാനോ പരസ്യപ്പെടുത്താനോ തയ്യാറായില്ല.

1990 ആഗസ്റ്റിലാണ് മണ്ഡൽ കമ്മീഷൻ റിപ്പോർട്ട് നടപ്പിലാക്കുന്നത്. അന്ന് പ്രധാനമന്ത്രി വി.പി. സിംഗായിരുന്നു. കേന്ദ്ര സർക്കാർ ഉദ്യോഗ ത്തിലും വിദ്യാഭ്യാസ സ്ഥാപനങ്ങളിലും ഭൂരിഭാഗവും തസ്തികകളിൽ ജനസംഖ്യയിൽ ന്യൂനപക്ഷമായ സവർണ്ണരാണെന്ന് കമ്മീഷൻ കണ്ടെ ത്തിയിരുന്നു. 52 ശതമാനം വരുന്ന പിന്നാക്ക വിഭാഗങ്ങളിലുള്ളവരുടെ പങ്കാളിത്തം നിസ്സാരമായിരുന്നു. ഒ.ബി.സി.ക്കാർക്ക് 27 ശതമാനം സംവ രണം കമ്മീഷൻ ശുപാർശ ചെയ്തു. അതുവരെ 'ഹിന്ദുമതം' എന്ന ചട്ട ക്കൂടിനകത്ത് വസിച്ചിരുന്ന പിന്നാക്കക്കാർ യാഥാർത്ഥ്യം ഉൾക്കൊണ്ട് രംഗത്തുവന്നു. അതിന്റെ ഫലം 'ഹിന്ദു'ക്കൾ എന്ന സംജ്ഞയിൽ അവർണ്ണരെന്നും സവർണ്ണരെന്നുമുള്ള വേർതിരിവ് ശക്തമായി. സവർണ്ണ രുടെ നേതൃത്വത്തിൽ അടിയാളരായിരുന്ന അവർണ്ണർ അതിൽനിന്ന് മാറി ചിന്തിക്കാൻ നിർബന്ധിതരായി. അവർണ്ണരും ദളിതരും സംഘടിക്കാനും അവകാശങ്ങൾക്ക് വിലപേശാനും തുടങ്ങി. അവർണ്ണരുടെ പിന്തുണയി ല്ലെങ്കിൽ ഇന്ത്യൻ രാഷ്ട്രീയത്തിൽ തങ്ങൾ ബലഹീനരാണ് എന്ന് സവർണർ തിരിച്ചറിഞ്ഞു. ദളിതരും പിന്നാക്കക്കാരും സർക്കാർ തസ്തിക കളിൽ മാത്രമല്ല, പഞ്ചായത്ത്-നിയമസഭ-പാർലമെന്റ് തിരഞ്ഞെടുപ്പു കളിൽകൂടി സംവരണാവശ്യം ഉന്നയിച്ചു. ഇത് തങ്ങളെ രാഷ്ട്രീയമായി പാപ്പരാക്കുമെന്ന് സവർണ്ണർ മനസ്സിലാക്കി. അവരുടെ നിലനില്പുതന്നെ അസാധ്യമാക്കുമെന്ന സത്യം അവർ ഉൾക്കൊണ്ടു. 'ഹിന്ദു'വിൽനിന്ന് ന്യൂനപക്ഷമായ സവർണ്ണർക്ക് പിന്നാക്ക-ദളിത് വിഭാഗക്കാരെ ഒന്നാക്കി നിർത്താൻ ഏറ്റവും ശക്തമായ ആയുധമായിരുന്നു അയോധ്യ. രാമഭക്തി യുടെ വൈകാരികത ഉയർത്തിക്കാട്ടി അവർ ഒന്നായി. അവരുടെ രാഷ്ട്രീയ മുന്നേറ്റമാണ് പിന്നീട് കണ്ടത്.

തുടർന്ന് രഥയാത്രയും പള്ളി പൊളിക്കലും വിജയകരമായി നടപ്പിലാ ക്കാൻ അവർക്ക് കഴിഞ്ഞു. ഇന്ത്യൻ ഭരണത്തിൽ അവർക്ക് എളുപ്പത്തി ലെത്താൻ കഴിഞ്ഞു. 1984-ൽ രാമജന്മഭൂമി - ബാബറി മസ്ജിദ് പ്രചരണാ യുധമാക്കുന്നതിനുമുമ്പ് രണ്ടു എം.പി.മാർ മാത്രമുണ്ടായിരുന്ന ബി.ജെ. പി.ക്ക് 1989-ൽ 85ഉം 1999-ൽ 182ഉം 2019-ൽ 303ഉം എം.പി.മാരുണ്ടായി.

രാമാരാധനയെക്കുറിച്ച് തർക്കങ്ങളുണ്ട്. 12-ാം നൂറ്റാണ്ടിനുശേഷമാണ് രാമാരാധനയും ക്ഷേത്രനിർമ്മാണവുമൊക്കെയുണ്ടായതെന്ന് ആർ.ജി. ഭണ്ഡാർക്കർ പറയുന്നുണ്ട്.

ഭയത്തിൽനിന്ന് ഭക്തി ജനിച്ചു എന്നാണ് നരവംശ ശാസ്ത്രകാര ന്മാരുടെ നിഗമനം. അജ്ഞത, അതിന് അടിസ്ഥാനമായി എന്നു കാണാം. ഒന്നിനെ അറിയുമ്പോഴാണല്ലോ ഏതുതരം വികാരമാണുണ്ടാകുക എന്ന് വിശകലനം ചെയ്യാൻ കഴിയൂ. വൈദിക കാലത്തിനുമുമ്പുതന്നെ ഭക്തി യുടെ സവിശേഷ ഇടങ്ങൾ കണ്ടെത്തിയിരുന്നു.

ഭക്തിക്ക് സങ്കീർണ്ണമായ ഭാവതലങ്ങളുണ്ട്. സ്നേഹത്തോടുകൂടിയ വണക്കം, പങ്കിടൽ, ഗുരുക്കന്മാരോടും ആരാധനാമൂർത്തിയോടും തോന്നുന്ന അനുരാഗം, സേവ, സേവനം, അർച്ചന തുടങ്ങീ വേർപാടു പോലും ഭക്തിയിൽ സാന്ദ്രമാണ്. ഇതെല്ലാം ഭയത്തെ അടിസ്ഥാന പ്പെടുത്തി സംഭവിക്കാം.

ഇന്ത്യൻ മതങ്ങളിൽ ഭക്തി വൈകാരികമായ ഒന്നാണ്. ഭക്തിയുടെ ആശയങ്ങൾ എഴുത്തുകാരും സന്ന്യാസികളുമാണ് പ്രചരിപ്പിച്ചത്.

ഭയം അതിനു കാരണമായതിനെ ആരാധിക്കാനുള്ള മാനസികാ വസ്ഥയുണ്ടാക്കും. മഹാപ്രളയത്തേയും കൊടുങ്കാറ്റിനേയും താണ്ഡവ മാടുന്ന അഗ്നിയേയും ഭയപ്പെട്ടിരുന്ന മനുഷ്യൻ അവയെ ആരാധിച്ചു കൊണ്ടാണ് പ്രതിഷ്ഠയിലേക്ക് നീങ്ങുന്നത്. ആ പ്രതിഷ്ഠകൾക്ക് നാമ കരങ്ങളുണ്ടായി. വരുണൻ, വായു, സൂര്യൻ തുടങ്ങി ദൈവങ്ങൾ അങ്ങനെ പിറന്നുവീണു. അദൃശ്യ ശക്തികൾക്ക് പ്രതീകങ്ങളുണ്ടാകണ മല്ലോ. ആ പ്രതീകങ്ങൾ വിഗ്രഹങ്ങളായി. അമൂർത്തമായ ധാരണയെ വ്യക്തവും മൂർത്തവുമാക്കണം.

"ജൈനമതക്കാർ ശിലകൾകൊണ്ട് അവരുടെ ക്ഷേത്രം നിർമ്മിച്ചി രുന്നു. അതിന് വിഗ്രഹപ്രതിഷ്ഠകളുമുണ്ടായിരുന്നു. അത് കാവ് എന്നാണ് അറിയപ്പെട്ടിരുന്നത്. ആര്യന്മാരുടെ അധിനിവേശത്തിന്റെ ഭാഗമായി അവർ അവരുടെ വിഗ്രഹങ്ങൾ മാറ്റി പ്രതിഷ്ഠിച്ചു. ശക്തമായ പ്രതിരോധം തീർത്ത ഇടങ്ങളിൽ ജൈനരുടെതന്നെ ദൈവങ്ങളെ ആരാധിക്കാനും തുടങ്ങി.

ബുദ്ധമതക്കാർ ബുദ്ധന്റെ വിഗ്രഹം തന്നെയാണല്ലോ ആരാധിക്കു ന്നത്. ബുദ്ധന്റെ തത്ത്വസംഹിതകൾ സ്വീകരിച്ചവരും ഒരു വിഗ്രഹത്തി ലേക്ക് മനസ്സിനെ ബന്ധിപ്പിക്കുന്നു. എന്നാൽ വിഗ്രഹമാണ് ഈശ്വരൻ എന്ന സങ്കല്പം, ചിന്ത, തത്ത്വം ഒരു മതത്തിന്റേയും ചട്ടങ്ങളിൽ കാണാ നാകില്ല. വിഗ്രഹത്തെ ദൈവമായി കാണുന്നതിനെ ബൈബിളിൽ എതിർപ്പ് പ്രകടിപ്പിച്ചിരുന്നു.

ഹൈന്ദവവിശ്വാസമനുസരിച്ച് ക്ഷേത്രത്തെ (ആരാധനാലയത്തെ) ശരീരമായും ശ്രീകോവിലിനെ ഹൃദയമായും സങ്കല്പിക്കുന്നു."

(കേരള വിജ്ഞാനകോശം, വിഗ്രഹാരാധന, P. 60, 1988.)

വി.എൻ. അശോകൻ

മക്കയിലെ അറബികൾ പുരാതനകാലത്ത് വിഗ്രഹാരാധകരായിരു ന്നില്ല എന്നാണ് ചരിത്ര നിഗമനം. ഇബ്രാഹിം നബിയുടേയും കുടുംബ ത്തിന്റേയും ആഗമനത്തോടെയാണ് അവിടെ മനുഷ്യവാസമുണ്ടായിരു ന്നതെന്നാണ് ഇസ്ലാംമതവിശ്വാസം. അവർ തികഞ്ഞ ഏക ദൈവാരാധ കരും ബിംബാരാധനയെ ശക്തമായി എതിർത്തവരുമായിരുന്നു. മനു ഷ്യർക്കായി ആദ്യമായി നിർമ്മിച്ച ദേവാലയം മക്കയിലാണ് എന്നാണ് വിശ്വാസം. വിശുദ്ധ കഅ്ബയിൽ ആദ്യമായി വിഗ്രഹം പ്രതിഷ്ഠിച്ചത് ഖുസാഅഃ ഗോത്രത്തലവനായ അംറുബ്നുയു അയ്യാണ്. മു ആബ് എന്ന പ്രദേശത്തുനിന്ന് കൊണ്ടുവന്ന ഹുബ്ല് വിഗ്രഹത്തെയാണ് അദ്ദേഹം സ്ഥാപിച്ചത്. പിന്നീട് പല പ്രതിഷ്ഠകളും നടന്നു.

നബി തിരുമേനിയുടെ നിയോഗ സമയത്ത് അവിടെ മുന്നൂറിലേറെ വിഗ്രഹങ്ങളുണ്ടായിരുന്നതായി പറയുന്നു. പ്രവാചകത്വ ലബ്ധിക്കുശേഷം ബഹുദൈവാരാധനക്കെതിരെ ബോധവൽക്കരണം നടത്തി. പ്രവാചകൻ തന്റെ പൂർവ്വപിതാവായ ഇബ്രാഹീം നബി ഏകദൈവാരാധനയ്ക്കായി നിർമ്മിച്ച മന്ദിരത്തിൽ സ്ഥാപിക്കപ്പെട്ടിരുന്ന വിഗ്രഹങ്ങളെ ഒന്നും ചെയ്തില്ല. പിന്നീട് അവിടെ ഇസ്ലാമികാധിപത്യത്തിലാകുകയും തദ്ദേശീ യരെല്ലാം സന്മാർഗ്ഗം സ്വീകരിക്കുകയും അതോടെ വിഗ്രഹാരാധനയ്ക്ക് അവിടെ ആരുമില്ലാതാവുകയും ചെയ്തു. പ്രവാചകനെതിരെ നിലയുറ പ്പിച്ച് വിഗ്രഹാരാധനയ്ക്കും അനാചാരത്തിനുംവേണ്ടി നിലകൊണ്ട നേതാക്കന്മാർപോലും വിശുദ്ധ നബിയുടെ ഉറ്റ അനുയായികളായി. അപ്പോൾ മാത്രമാണ് പ്രവാചകൻ വിശുദ്ധ കഅ്ബയെ വിഗ്രഹങ്ങൾ നീക്കം ചെയ്ത് ശുദ്ധീകരിച്ചത് - ഇങ്ങനെയാണ് വിശ്വാസം.

പാരമ്പര്യവും വിശ്വാസവുമെല്ലാം ന്യൂനത്തിൽനിന്ന് അധികത്തി ലേക്കാണ് സഞ്ചരിച്ചതെന്നു കാണാം. എല്ലാം മനുഷ്യനിർമ്മിതിയിലേ ക്കാണ് എത്തിച്ചേരുന്നത്. എന്നാൽ മനുഷ്യൻ എന്ന സമഗ്രസ്വത്വത്തെ ആധുനിക മനുഷ്യകുലം ഏതെല്ലാം രീതിയിൽ പരിവർത്തിപ്പിച്ചു എന്ന് ചരിത്രം പരിശോധിക്കുമ്പോൾ നമുക്ക് ജ്ഞാനമുണ്ടാകും. ആ യാഥാർത്ഥ്യത്തെ സ്ഥായിയായി കണ്ടുകൊണ്ടാണോ ജീവിതം മുന്നോട്ടു നീങ്ങിയത്, യാത്ര ചെയ്തത് എന്ന് രാമജന്മഭൂമി-ബാബറി മസ്ജിദ് വിഷയത്തിൽ നാം അനുഭവിച്ചറിഞ്ഞു.

എന്തു അഭിപ്രായവ്യത്യാസങ്ങൾ ഉണ്ടായാലും രാമൻ കുറേക്കാല ങ്ങളായി ഹിന്ദുഭക്തരുടെ മനസ്സിൽ അടിയുറച്ച ബിംബകല്പനയാണ്. ആ വിശ്വാസത്തെ ഇന്ന് എളുപ്പത്തിൽ മാറ്റിയെടുക്കാനാകില്ല. വിശ്വാ സത്തെ സുപ്രീംകോടതി വിധിയിൽ വളരെ പ്രധാനമായ ഒന്നായി പരാ മർശിക്കുന്നുണ്ട്.

2017 ഡിസംബർ 6-ന് ഒരു വാർത്തയുണ്ടായിരുന്നു. ബാബറി മസ്ജിദ് ധ്വംസനത്തിന് ദൃക്സാക്ഷികളായ മാധ്യമപ്രവർത്തകർ അവരുടെ

അനുഭവങ്ങൾ തുറന്നുപറഞ്ഞു. ക്രൂരമായ പീഡനങ്ങൾക്ക് ഇരയായി അവരിൽ പലരും. അവിടത്തെ യഥാർത്ഥ ചിത്രം ജനങ്ങളിലേക്കെത്തിക്കാൻ ബാധ്യതപ്പെട്ട മാധ്യമപ്രവർത്തകർ ഉണങ്ങാത്ത മുറിവുകൾ പങ്കുവെയ്ക്കാൻ ഡെൽഹിയിൽ ഒത്തുകൂടി. അവർ അവരുടെ ഓർമ്മകൾ പരസ്പരം കൈമാറി.

മസ്ജിദിൽ തിങ്ങിനിറഞ്ഞ കർസേവകർക്കിടയിലായിരുന്നു മാധ്യമ പ്രവർത്തകർ. അതിൽ പെട്ടുപോയ 'ബിസിനസ് ഇന്ത്യ' ലേഖിക രുചിരാ ഗുപ്ത അവരുടെ അനുഭവങ്ങൾ അവിടെ പങ്കുവെച്ചു. പ്രകോപനപരമായ മുദ്രാവാക്യങ്ങൾക്കൊപ്പം അശ്ലീല പദപ്രയോഗങ്ങളും ഉണ്ടായിരുന്നതായി അവർ സാക്ഷ്യപ്പെടുത്തുന്നു.

"ബാബറി മസ്ജിദിനുള്ളിൽ എന്തു സംഭവിക്കുന്നുവെന്ന് മനസ്സിലാക്കാനാണ് ഉള്ളിലേക്ക് കയറിയത്. കർസേവകർ തിങ്ങിനിറഞ്ഞ പള്ളിക്കുള്ളിലൂടെ നടക്കവേയാണ് ആൾക്കൂട്ടം മുസ്ലീം എന്ന് ആക്രോശിച്ച് തന്റെ നേരെ തിരിഞ്ഞത്. നാലുഭാഗത്തുനിന്നും പാഞ്ഞെത്തിയവർ മർദ്ദിച്ചു. മരണം മുന്നിൽക്കണ്ട നിമിഷത്തിൽ താൻ മുസ്ലീം അല്ലെന്നും പേര് രുചിരാ ഗുപ്ത എന്നാണെന്നും വിളിച്ചുപറഞ്ഞു. ശാരീരികമായും ലൈംഗികമായും ആക്രമിക്കപ്പെട്ടു. എന്റെ ഷർട്ടിന്റെ ബട്ടണുകൾ പൊട്ടി, ഷർട്ട് കീറി. ചിലരുടെ സഹായത്തോടെയാണ് ആക്രമികളുടെ കൈകളിൽനിന്ന് രക്ഷപ്പെട്ടത്.

അകലെയുള്ള പന്തലിൽനിന്ന് സംഭവവികാസങ്ങൾ വീക്ഷിക്കുന്ന എൽ.കെ അദ്വാനിയുടെ അടുത്തെത്തി മാധ്യമ പ്രവർത്തകർക്കും സ്ത്രീകൾക്കുമെതിരായ ആക്രമണം അവസാനിപ്പിക്കാൻ നിർദ്ദേശിക്കണമെന്ന് ആവശ്യപ്പെട്ടു. ഇന്നൊരു ഇതിഹാസദിനമാണെന്നും ചിലർക്കുണ്ടാകുന്ന ബുദ്ധിമുട്ടുകൾക്ക് പ്രാധാന്യമില്ലെന്നുമായിരുന്നു അദ്വാനിയുടെ മറുപടി. ബൈനോക്കുലറിലൂടെ നിരീക്ഷിക്കുന്നതിനിടെ മധുരം കഴിക്കാനും ആവശ്യപ്പെട്ടു. ബൈനോക്കുലറിലൂടെ എന്താണ് കാണുന്നതെന്ന തന്റെ ചോദ്യത്തിന് മസ്ജിദിനു ചുറ്റുവട്ടത്തുമുള്ള മുസ്ലീം ഭവനങ്ങൾ അഗ്നിക്കിരയാക്കിയതാണ് കാണുന്നതെന്ന ഞെട്ടിക്കുന്ന മറുപടിയാണ് ലഭിച്ചത്.

പിന്നീട് കേന്ദ്ര സുരക്ഷാസേനകളുടെ കൂടുതൽ ബറ്റാലിയനുകൾ അയോധ്യയിലേക്ക് തിരിച്ചിട്ടുണ്ടെന്നും അവർ ഇവിടെ എത്താതെ പ്രതിരോധിക്കണമെന്നും അദ്വാനി ഉച്ചഭാഷിണിയിലൂടെ കർസേവകരോട് ആജ്ഞാപിച്ചു. ഉമാഭാരതി, മുരളീ മനോഹർ ജോഷി തുടങ്ങിയവരും അവിടെ ഉണ്ടായിരുന്നു.

അയോധ്യയിൽ അന്ന് എന്താണ് നടന്നതെന്ന് ഡൽഹിയിലെത്തി ദൂരദർശനിലൂടെയും പിന്നീട് ബാബറി ട്രൈബ്യൂണലിനും പ്രസ് കൗൺസിലിലും അവസാനം ലിബർഹാൻ കമ്മീഷനിലും വ്യക്തമാക്കി.

ഇതോടെ ഫോണിലൂടെയും നേരിട്ടും ഭീഷണികളുടേയും അശ്ലീല സന്ദേശങ്ങളുടേയും പ്രവാഹമായിരുന്നു. എഡിറ്റർമാർക്കും ഭീഷണികൾ എത്തി. ഒപ്പം വ്യക്തിപരമായി അധിക്ഷേപിക്കാനും ശ്രമങ്ങളുണ്ടായി.

ബാബറി ട്രിബ്യൂണലിലും ലിബർഹാൻ കമ്മീഷനിലും ബി.ജെ.പി., ആർ.എസ്.എസ്., ബജ്റംഗദൾ, വി.എച്ച്.പി. അഭിഭാഷകരുടെ ചോദ്യങ്ങളും ഇത്തരത്തിലുള്ളതായിരുന്നു.

അക്രമത്തിനിടെ നിങ്ങളുടെ വസ്ത്രം കീറിയതായി നിങ്ങൾ പറഞ്ഞു. ആ അവസ്ഥയിൽ നല്ല കുടുംബത്തിൽ പിറന്ന സ്ത്രീയായ നിങ്ങൾക്ക് അദ്വാനിയെപ്പോലൊരു പ്രമുഖ നേതാവിന്റെ മുന്നിൽ എങ്ങനെ പോകാനായി. എന്നിങ്ങനെയായിരുന്നു ചോദ്യങ്ങൾ."

രുചിരാ ഗുപ്തയെപ്പോലെ മറ്റു മാധ്യമപ്രവർത്തകരും ആ കൂട്ടായ്മയിൽ തങ്ങളുടെ അനുഭവങ്ങൾ വിവരിച്ചിരുന്നു. ബി.ബി.സി. ലേഖകൻ മാർക്ക് ടുളി, ഇന്ത്യൻ എക്സ്പ്രസ്സ് ലേഖിക സീമ ചിസ്തി, ഇന്ത്യൻ എക്സ്പ്രസ്സ് ഫോട്ടോഗ്രാഫർ പ്രവീൺ ജയിൻ തുടങ്ങി നിരവധി പേർ ആ കൂട്ടായ്മയിൽ പങ്കെടുത്തു.

(പി.ആർ. ചന്തുകിരൺ, Deshabhimani.com, Dec.6, 2017)

വിദേശമാധ്യമങ്ങൾ സുപ്രീംകോടതി വിധിയെ ഹിന്ദുത്വത്തിന്റെ ശക്തിപ്രാപിക്കലായി വിലയിരുത്തുന്നു. (ലണ്ടൻ, പാക്കിസ്ഥാൻ പത്രങ്ങളും ന്യൂയോർക്ക് ടൈംസും) പരമോന്നത നീതിപീഠത്തിന്റെ തീർപ്പിനെ പ്രതികൂലമായി കാണുന്നവരുണ്ടെങ്കിലും സമാധാനത്തിന്റെ വഴിയിലാണ് ഇന്ത്യയിലെ എല്ലാ വിഭാഗങ്ങളും. പൊതുവെ ആശ്വാസവും സമാധാനവും ഇന്ത്യൻ ജനതയിൽ കാണുന്നത് ഇന്ത്യ എന്ന ഒറ്റ വികാരത്തെ ഉയർത്തിപ്പിടിക്കുമ്പോഴാണ്.

രാമജന്മഭൂമി - ബാബറി മസ്ജിദ് തർക്ക വിഷയത്തിൽ സുപ്രീം കോടതി വിധിയിൽ അസംതൃപ്തരും ഏറെക്കുറെ സംതൃപ്തരുമുണ്ട്. എങ്കിലും ആശ്വാസമാണ് ഏവരിലും പ്രകടമാകുന്നത്. ഈ വിഷയത്തിൽ ഇന്ത്യ ഒട്ടേറെ കലാപങ്ങൾക്ക് വേദിയായി. അസ്വസ്ഥമായ ജനമനസ്സുകൾ, ആത്മസംഘർഷങ്ങൾ, തകർന്ന സൗഹാർദ്ദങ്ങൾ ഇതെല്ലാമായിരുന്നു ഇതുവരെ. ഈ വിഷയം രാഷ്ട്രീയപാർട്ടികൾക്ക്, പ്രത്യേകിച്ച് ബി.ജെ.പി.ക്ക് വോട്ടാക്കി മാറ്റികൊടുക്കാനായി.

2010 സെപ്തംബറിൽ ബാബറി മസ്ജിദ് - രാമജന്മഭൂമി ഉടമസ്ഥാവകാശത്തെ സംബന്ധിച്ച കേസിൽ അലഹാബാദ് ഹൈക്കോടതിയുടെ വിധി വന്നപ്പോൾ ചരിത്രപണ്ഡിതനായ ഡോ. കെ.എൻ. പണിക്കർ പറഞ്ഞു; "കോടതി ഒരു കോംപ്രമൈസ് സൊലൂഷനു ശ്രമിച്ചതുപോലെ തോന്നുന്നു. കേസിലെ മൂന്നു കക്ഷികളേയും തൃപ്തിപ്പെടുത്താനാണ്

ഭൂമിയെ മൂന്നു ഭാഗമാക്കിക്കൊടുത്തത്. എന്തുകൊണ്ട് ഭൂമി മൂന്നു കഷണങ്ങളാക്കുന്നു. ഓരോരുത്തർക്കും കിട്ടുന്ന ഭൂമിയുടെ അളവെത്ര എന്നൊക്കെ എന്തിന്റെ അടിസ്ഥാനത്തിലാണ് തീരുമാനമെടുക്കുന്നത് എന്ന് വിധിയിൽനിന്ന് വ്യക്തമല്ല. ജുഡീഷ്യറി ചെയ്യേണ്ടതിൽനിന്ന് വ്യത്യസ്തമാണോ ഇത് എന്ന സംശയം ഉയരുന്നുണ്ട്."

ഡോ. കെ.എൻ. പണിക്കർ അന്നുതന്നെ ആർക്കിയോളജിക്കൽ സർവ്വേ ഓഫ് ഇന്ത്യയുടെ റിപ്പോർട്ടിനെക്കുറിച്ച് സംശയം പ്രകടിപ്പിക്കുന്നുണ്ട്. അതാരും വിശ്വസിക്കില്ല എന്നാണ് അദ്ദേഹം പറയുന്നത്. അവിടത്തെ രണ്ടു ചരിത്ര പണ്ഡിതന്മാർ, (മതേതര ചരിത്രപണ്ഡിതന്മാർ) പുസ്തകമെഴുതിയിട്ടുണ്ടെന്നും അതിൽ ഖനനത്തിന്റെ പോരായ്മകളെക്കുറിച്ച് ചൂണ്ടിക്കാട്ടുന്നുണ്ടെന്നും അദ്ദേഹം പറയുന്നു. ബാബറി മസ്ജിദ് പൊളിച്ചപ്പോൾ കിട്ടിയ കല്ലിനും കട്ടയ്ക്കും ഇടയിൽനിന്ന് ലഭിച്ച ശിലാലിഖിതങ്ങളുടെ കാലഗണന നിർണ്ണയിക്കാനായിട്ടില്ലാത്തതുകൊണ്ട് കോടതി പറയുന്ന തെളിവുകളെക്കുറിച്ച് ചരിത്രകാരന്മാർക്കും ആർക്കിയോളജിസ്റ്റുകൾക്കും വളരെയധികം സംശയങ്ങളുണ്ടെന്ന് കെ.എൻ. പണിക്കർ അന്നുപറഞ്ഞു.

പല രംഗത്ത് പ്രവർത്തിക്കുന്ന വിശിഷ്ട വ്യക്തികൾ നിർദ്ദേശിക്കുന്ന, അല്ലെങ്കിൽ നിർദ്ദേശിച്ചിട്ടുള്ള പരിഹാരമാർഗ്ഗങ്ങളുണ്ടായിരുന്നു. അയോധ്യ ഇന്ത്യയുടെ സങ്കരസംസ്കാരത്തിന്റെ കേന്ദ്രബിന്ദുവാണ്. ധാരാളം ക്ഷേത്രങ്ങളും മുസ്ലീം പള്ളികളും അവിടെയുണ്ട്. ബുദ്ധവിഹാരങ്ങളും ജൈനക്ഷേത്രങ്ങളും അവിടെയുണ്ടായിരുന്നു. ഇന്ത്യയിലെ മിക്കവാറും മത–സംസ്കാരങ്ങൾ അയോധ്യയിൽ കേന്ദ്രീകരിച്ചിരുന്നു. അതിനാൽ സർക്കാർ സ്ഥലം ഏറ്റെടുത്ത് എല്ലാ മതങ്ങളേയും ഉൾക്കൊണ്ടുള്ള ഒരു സാംസ്കാരിക കേന്ദ്രമായി മാറ്റുകയാണ് വേണ്ടത്. അവിടെ സംവാദങ്ങളുണ്ടാകണം, മനസ്സുതുറന്ന ചർച്ചകൾക്കും കൂടിക്കാഴ്ചകൾക്കും വേദിയാകണം, ഗവേഷണപഠനങ്ങൾക്കുള്ള സാഹചര്യമുണ്ടാകണം എന്നെല്ലാം ചിന്തിക്കുന്നവർ ഉണ്ട്. ഹിന്ദുക്ഷേത്രങ്ങളും മുസ്ലീം പള്ളികളും ബുദ്ധവിഹാരങ്ങളും ക്രിസ്ത്യൻ പള്ളികളുമെല്ലാം സമ്മേളിക്കട്ടെ. അത്തരത്തിലുള്ള ചിന്തകൾ കോടതിക്കുണ്ടായില്ല എന്നവർ പറയുന്നു.

ഈ വിധിയോടെ എല്ലാ മുറിവുകളും ഉണങ്ങണം. ഇനിയൊരു കലാപമുണ്ടാകരുത്. അകന്നുപോയ മതമൈത്രിയും സ്നേഹവും വിശ്വാസവും സൗഹാർദ്ദവും തിരിച്ചുകൊണ്ടുവരണം. എല്ലാ സംസ്കാരങ്ങളും ഉൾക്കൊള്ളാനാകണം. സഹിഷ്ണുത ഭാരതീയന്റെ സവിശേഷതയാണെന്നോർക്കണം. മതനിരപേക്ഷത എന്ന ആശയത്തെത്തന്നെ പരുക്കേല്പിച്ചതാണ് ഈ വിഷയം. കാലങ്ങളായി മനസ്സിൽ ഊറിക്കൂടിയ പല വിശ്വാസങ്ങളും തകർന്നിട്ടുണ്ട്. അതിനെല്ലാം പരിഹാരം കാണുകയാണ് വേണ്ടത്. ബഹുസ്വരതയിലെ ഏകശിലയിൽ ഒരേയൊരിന്ത്യ എന്ന ആശയം അരക്കിട്ടുറപ്പിക്കാൻ ഇനിയാകണം.

വി.എൻ. അശോകൻ

ഇന്ത്യൻ ജനത പലവിധത്തിൽ ദാരിദ്ര്യം അനുഭവിക്കുന്നവരാണ്. തുല്യനീതി എന്നത് ഇപ്പോഴും സാധ്യമാകുന്നില്ല. സ്വജനപക്ഷപാതമുണ്ട്. തൊഴിൽ പ്രശ്നങ്ങളുണ്ട്. പീഡനങ്ങളും ചൂഷണവുമുണ്ട്. ഇത്യാദി വിഷയങ്ങളിൽ, എല്ലാവർക്കും ജീവിക്കാനുള്ള അവകാശത്തിൽ കൂടുതൽ ശ്രദ്ധയൂന്നുന്നതിനുപകരം നാം കാലങ്ങളായി മത-മൗലിക-വർഗ്ഗീയതയിലൂന്നി, വൈകാരികതയൂന്നി, വിഷയങ്ങളെ തീവ്രമാക്കി കത്തിക്കുന്നതിനാണ് ശ്രമിക്കുന്നത്. ഇത് ഇന്ത്യ എന്ന രാജ്യത്തിന്റെ സൗഹാർദ്ദാന്തരീക്ഷത്തെ ഇല്ലായ്മ ചെയ്യുമെന്നതിന് നമ്മുടെ അനുഭവങ്ങൾ പാഠമാകണം. രാജ്യത്തിൽ അരക്ഷിതാവസ്ഥ സൃഷ്ടിച്ച്. അത് തീവ്രമാക്കി ലാഭം കൊയ്യുന്നവർ ഏറെയുണ്ടെന്ന് ഇവിടെ ജീവിച്ചു തീർക്കുന്നവർക്കറിയാം. അരാജകവാദത്തെ പ്രോത്സാഹിപ്പിക്കുന്നതിന് നിരവധി വിഷയങ്ങൾ ഇനിയുമുണ്ട്. അത്തരമൊരവസ്ഥ ഇന്ത്യൻ ജനത ആഗ്രഹിക്കുന്നില്ല എന്നാണ്, അവർ സമാധാനകാംക്ഷികളാണ് എന്നാണ് ബാബറി മസ്ജിദ്-രാമജന്മഭൂമി കേസിൽ സുപ്രീംകോടതി വിധിക്കു ശേഷമുണ്ടായ അന്തരീക്ഷത്തിൽനിന്നും നാം ഉൾക്കൊള്ളേണ്ടത്. ∎

സമകാല ഇന്ത്യ

ഒന്ന്

ഡിസംബർ ആറിന് ശേഷം ഹിന്ദുരാഷ്ട്ര സ്വത്വവാദം പ്രബലമായതായി, ക്രമപ്പെട്ടതായി കാണാം. ഇതിന് സുവർണ്ണ ഭൂതകാലത്തിൽ കെട്ടിപ്പൊക്കിയ ഹിന്ദുരാഷ്ട്രസങ്കല്പം അടിത്തറയായിട്ടുണ്ട്. ഇത് കൃത്യതയാർന്ന ലക്ഷ്യബോധത്തോടെ നമ്മുടെ കമ്പോളത്തിലും ഉപയോഗിക്കുന്നുണ്ട്. കമ്പോള വ്യവസ്ഥയുടെ സവിശേഷതകൾ 'എല്ലാം വില്പന ചരക്ക്' എന്നാണ്. ഹിന്ദുത്വത്തെ എങ്ങനെ അതിനു ഉപയോഗിക്കാം എന്ന് നമുക്ക് ബോധ്യമായിട്ടുണ്ട്.

ഹെറിറ്റേജ് ടൂറിസം രൂപവൽക്കൃതമാകുന്നത് അങ്ങനെയാണ്; 'ഇൻക്രഡിബിൾ ഇന്ത്യ' എന്ന ആശയം പിറവിയെടുക്കുന്നതും അങ്ങനെയാണ്. 2002-ലാണ്, അടൽ ബിഹാരി വാജ്പേയി നേതൃത്വം നല്കിയ സർക്കാരാണ് ഔദ്യോഗിക പ്രചാരണ പരിപാടിയായി അത് സ്വീകരിച്ചത്. ഈ പദ്ധതിയുടെ ഭാഗമായി (National Branding) അഞ്ചു പോസ്റ്റർ ക്യാമ്പയിനുകളെ ആധാരമാക്കി എൽ.എഡ്വാർഡും ആനന്ദിരാമമൂർത്തിയും നടത്തിയ ഗവേഷണപരമായ പഠനം ഇന്റർനാഷണൽ കമ്മ്യൂണിക്കേഷൻ അസോസിയേഷൻ എന്ന സർക്കാരിതര സംഘടന പ്രസിദ്ധീകരിച്ച 'കമ്മ്യൂണിക്കേഷൻ, കൾച്ചർ ആന്റ് ക്രിട്ടിക്' എന്ന പ്രസിദ്ധീകരണത്തിലുണ്ട്.

"ഇൻക്രഡിബിൾ ഇന്ത്യ'യുടെ ആഖ്യാനങ്ങൾ സാമ്പത്തികവും രാഷ്ട്രീയവുമായി ഐക്യരൂപമുള്ളതും വർഗമതപര സംഘർഷങ്ങളില്ലാത്തതുമായ ഒന്നാണ് സ്വത്വമെന്ന് കമ്പോള സൗഹൃദ പ്രതിനിധാനങ്ങളിലൂടെ സ്ഥാപിച്ചെടുക്കുന്നുണ്ട്' എന്ന് ആനന്ദിരാമമൂർത്തിയും എൽ. എഡ്വാർഡും ആ പഠനത്തിൽ വ്യക്തമാക്കുന്നു. അത് വിശാലമായതും തുറന്ന സമീപനമുള്ളതും മാർദ്ദവമുള്ളതുമായ ഒരു ചിത്രത്തെ ആവിഷ്കരിക്കുന്നതായി അവർ സ്ഥാപിക്കുന്നു.

നമ്മുടെ രാഷ്ട്രത്തിന് ഒരു സുവർണ്ണകാലമുണ്ടെന്ന വളരെ ബൗദ്ധികമായ പ്രചാരണം ശ്രദ്ധിക്കുമ്പോൾ ഒരു കാര്യം വ്യക്തമാകും. ഈ പ്രചാരണം വന്നുചേർന്നത് ഇന്ന് സജീവമായിരിക്കുന്ന മൗലികവാദ

അജണ്ടയിലേക്കാണ്. സമസ്ത മേഖലയിലും (കല, സാഹിത്യം, തത്ത്വ ചിന്ത, ശാസ്ത്രം, സാങ്കേതികം, സാംസ്കാരികം തുടങ്ങിയവ) വലിയ നേട്ടങ്ങൾ, പുരോഗതി, വികസനം നാം ഉണ്ടാക്കിയതായും അങ്ങനെ യൊരു കാലത്തിന്റെ അടിത്തറയിലാണ് നാം ജീവിച്ചതെന്നും അതൊരു സുവർണ്ണ യുഗമായിരുന്നുവെന്നും അതെല്ലാം മുസ്ലീം, ബ്രിട്ടീഷ് ആധി പത്യത്താൽ മൂടപ്പെട്ടുവെന്നും ആ ആശയ പ്രചരണത്തിലുണ്ട്. പ്രത്യക്ഷ ത്തിൽ അതിൽ യാഥാർത്ഥ്യത്തിന്റെ ചില അടരുകളുണ്ട്; അല്ലെങ്കിൽ അത് കണ്ടെത്താനാകും. ആ അടരുകൾ രാമജന്മഭൂമി ബാബറി മസ്ജിദ് തർക്കത്തിലുമുണ്ട്. അതിനു ഉപോൽഫലകമായ അരേഖീയ തെളിവു കളും വാദത്തിനായി അവതരിപ്പിച്ചിട്ടുണ്ട്.

ദേവാലയ വിനോദ സഞ്ചാര പദ്ധതി (തീർത്ഥയാത്ര)കളെല്ലാം കമ്പോള വ്യവസ്ഥയുടെ ഭാഗമെങ്കിലും അതിന്റെ പശ്ചാത്തലം മതസ്വത്വ വാദം ഒരുക്കുന്നു. മാധ്യമങ്ങളുടെ ഇടപെടലുകൾ ഇതിനെല്ലാം ആക്കം കൂട്ടിയതായി കാണാം. ഹിന്ദുത്വ ദേശീയതയുടെ വളർച്ചയ്ക്കും വിക സനത്തിനും മാധ്യമ രാഷ്ട്രീയവുമായി ബന്ധമുണ്ട്; പ്രത്യേകിച്ചും മധ്യവർഗ ജനത ഇന്ത്യയിൽ സാമ്പത്തികമായി സുരക്ഷിതരായപ്പോൾ. അമേരിക്കയിലും യൂറോപ്പിലുമൊക്കെ തൊഴിൽത്തേടിയെത്തിയ അഭ്യസ്തവിദ്യരായ ഇന്ത്യക്കാർ ഇന്ത്യയിലേക്കെത്തിച്ച പാശ്ചാത്യ സംസ്കാരത്തിന്റെ ഭാഗമായി, ഇന്ത്യയിലും സാങ്കേതിക മാറ്റങ്ങളുണ്ടായി. കളർ ടെലിവിഷന്റെ വരവും പ്രചാരവും അതിൽ പ്രധാനപ്പെട്ടതാണ്. അത് അന്ന് പ്രധാനമന്ത്രിയായിരുന്ന ഇന്ദിരാഗാന്ധിയുടെ രാഷ്ട്രീയ നയ വ്യതിയാനത്തിന് കാരണമായി. എന്നാൽ നേട്ടമുണ്ടാക്കിയത് ഹിന്ദു മത മൗലികവാദികളായിരുന്നു. രാമായണം, മഹാഭാരതം പോലുള്ള ഇതി ഹാസങ്ങളെ ഉപയോഗപ്പെടുത്തി മെഗാ ടെലിവിഷൻ പരമ്പരകൾ നിർമ്മി ക്കപ്പെട്ടു. അവ ഇന്ത്യാ രാജ്യത്ത് ഹിന്ദുത്വ ദേശീയതയുടെ ഏകീകരണ ത്തിൽ പ്രധാന പങ്കുവഹിച്ചു. ഇത് രാമജന്മഭൂമി തർക്കവിഷയത്തെ ജന മനസ്സിലേക്കെത്തിക്കാൻ സഹായകമായി; പ്രത്യേകിച്ചും ഹിന്ദുമത വിശ്വാസികളുടെ.

ഈ സാഹചര്യം പ്രയോജനപ്പെടുത്തിയും മറ്റും ഹിന്ദുത്വ അജണ്ട ഉപയോഗിച്ച് രാഷ്ട്രീയ നേട്ടമുണ്ടാക്കാൻ ഇന്ത്യൻ നാഷണൽ കോൺഗ്രസ് ശ്രമിച്ചതായി ചരിത്രം നമ്മെ ഓർമ്മപ്പെടുത്തുന്നു. ടെലിവിഷൻ പരമ്പര കളിൽ അഭിനയിച്ച നടന്മാരെ കോൺഗ്രസ് ഉപയോഗിച്ചു. ശ്രീരാമനായി വേഷമിട്ട അരുൺ ഗോവിൽ എന്ന നായകനടനേയും ഹനുമാനായി വേഷ മിട്ട ധാരാസിംഗിനെയും അവർ 1988-ലെ ഉത്തര പ്രദേശിലെ തെരഞ്ഞെടു പ്പിൽ അവതരിപ്പിച്ചു. വളർന്നു വരുന്ന ഹിന്ദുത്വ രാഷ്ട്രീയ അനുഭാവത്തെ തെരഞ്ഞെടുപ്പ് രാഷ്ട്രീയത്തിന് ഉപയോഗിക്കുക വഴി കോൺഗ്രസിന് വിജയിക്കാനായി.

രാമജന്മഭൂമിയുടെ അവകാശവാദം ശക്തിപ്പെടുത്താൻ ഹിന്ദുത്വ ഏകീകരണത്തിനായി കൂടുതൽ ശ്രമങ്ങൾ നടക്കുന്നത് രാജീവ് ഗാന്ധി

പ്രധാനമന്ത്രിയായിരുന്നപ്പോഴാണ്. ബോഫോഴ്സ്, എച്ച്.ഡി.ഡബ്ലിയു. മുങ്ങിക്കപ്പൽ തുടങ്ങിയ അഴിമതിക്കേസിൽപ്പെട്ട് പ്രതിച്ഛായ തകർന്ന രാജീവ് ഗാന്ധിക്കും കോൺഗ്രസ്സിനും അടുത്ത പാർലമെന്റ് തെരഞ്ഞെടുപ്പിൽ വിജയിക്കണമെങ്കിൽ 'ഹിന്ദു' വർഗീയ രാഷ്ട്രീയം ആവശ്യമായിരുന്നു. അതിനാൽ ബാബറി മസ്ജിദ് രാമജന്മഭൂമിയിൽ ശിലാന്യാസത്തിന് സൗകര്യം നല്കിയെങ്കിലും, മുസ്ലീം മതവിഭാഗത്തിന്റെ എതിർപ്പിനെ ഭയന്ന് ക്ഷേത്രം നിർമ്മിക്കാൻ അനുമതി നല്കിയില്ല. രാമജന്മഭൂമി ബാബറി മസ്ജിദ് തർക്ക വിഷയത്തിൽ കോൺഗ്രസ്സിലെ ചില മുതിർന്ന നേതാക്കൾ വിശ്വഹിന്ദു പരിഷത്തിനോട് അനുഭാവം ഉള്ളവരായിരുന്നു. 1980 മുതൽ ഹിന്ദുത്വ രാഷ്ട്രീയ അജണ്ട ലക്ഷ്യം വെച്ചാണ് ആ നേതാക്കൾ പ്രവർത്തിച്ചിരുന്നത്. ഹിന്ദു മതതത്പരരായ - ജാതീയ താത്പര്യങ്ങൾക്ക് പ്രാധാന്യം നല്കുന്ന മധ്യവർഗ ജനവിഭാഗത്തെ തൃപ്തിപ്പെടുത്താൻ നവലിബറൽ നയങ്ങൾക്കു തുടക്കമിട്ട ഇന്ദിരാ ഗാന്ധിയുടെ നയം കായബലത്തോടെ നിലനിർത്തിക്കൊണ്ടുള്ള സഞ്ചാരസ്ഥലമുണ്ടാക്കിയത് രാജീവ് ഗാന്ധി നേതൃത്വം നല്കിയ കോൺഗ്രസ്സാണ്.

കൊളോണിയൽ ആധിപത്യം ഇന്ത്യ എന്ന രാജ്യത്തെ മതാധിഷ്ഠിത സ്വത്വ രൂപീകരണത്തിന് പ്രചോദിപ്പിച്ചു എന്നത് യാഥാർത്ഥ്യമാണ്. ബ്രാഹ്മണാധിപത്യത്താൽ പീഡിപ്പിക്കപ്പെട്ട, വിഭജിക്കപ്പെട്ട ജനതയായിരുന്നുവല്ലോ ഇന്ത്യയിൽ. അവർക്ക് കുറച്ചെങ്കിലും ആശ്വാസമായത് ബ്രിട്ടീഷ് ആധിപത്യമായിരുന്നു. അംബേദ്ക്കർ ഇക്കാര്യം വ്യക്തമാക്കുന്നുണ്ട്.

കൊളോണിയൽ കാലഘട്ടത്തിലാണ് വാർത്താവിനിമയ ബന്ധങ്ങൾ ബലപ്പെട്ടതും ദ്രുതഗതിയിലായതും. പ്രാദേശികാടിസ്ഥാനത്തിൽ നിലനിന്നിരുന്ന മത കേന്ദ്രങ്ങൾ ദേശീയതലത്തിലേക്ക് വഴിമാറിയത് അപ്പോഴാണ്. തീർത്ഥാടന കേന്ദ്രങ്ങളിലേക്കുള്ള യാത്രകൾ വഴി മതകേന്ദ്രങ്ങൾ സജീവമാകുന്നത് അന്നാണ്. വൈദേശീയ മതങ്ങൾ എന്നു വ്യാഖ്യാനിക്കപ്പെടുന്ന മത വിഭാഗങ്ങൾ ശക്തിപ്പെടുന്നതും ആ കാലഘട്ടത്തിലാണ്.

ഇന്ന്, ഉദാരവൽക്കരണത്തിന്റെയും ആഗോളവൽക്കരണത്തിന്റെയും ഫലമായി മുമ്പെന്നുമില്ലാത്ത വിധം അത് സങ്കുചിതമായി. മതാത്മക സ്വത്വരാഷ്ട്രീയം അടുത്ത കാലത്തായി ഇന്ത്യയിൽ സങ്കീർണ്ണവും ശക്തവുമാകുന്നത് അതിന്റെ ഫലമാണ്. (നേരത്തെ സൂചിപ്പിച്ചതു പോലെ ഹിന്ദു രാഷ്ട്രസങ്കല്പം പ്രബലമാകുന്നത് ബാബറി മസ്ജിദ് ധ്വംസനത്തിനു ശേഷമാണ്.)

വൈദേശിയ ആധിപത്യം സുവർണ്ണ ഭൂതകാലത്തെ മറച്ചു എന്ന ചിന്തയാണ് ദേശീയ വാദിയായിരുന്ന വിനായക് ദാമോദർ സർവർക്കുമുണ്ടായിരുന്നത്. അദ്ദേഹമാണ് സൈദ്ധാന്തികവും പ്രത്യയശാസ്ത്രപരവുമായ ഹിന്ദുസ്വത്വ നിർമ്മിതിയുടെ അന്വേഷണത്തിന് അടിത്തറയിട്ടത്.

വിദേശികൾക്കെതിരെ ഹിന്ദുക്കൾ നടത്തിയ വിജയകരമായ ചെറുത്തു നില്പിന്റെ ചരിത്രമായി അദ്ദേഹം വ്യാഖ്യാനിച്ചത് രണ്ടു കാര്യങ്ങളാണ്.

ഒന്ന്, ഹിന്ദുക്കൾ ഒന്നാണെന്നും വിദേശീയരെ പ്രതിരോധിച്ചിട്ടുണ്ട് എന്നും. **രണ്ട്,** ഹിന്ദുക്കൾ പരമ്പരാഗതമായി ധീര സ്വഭാവമുള്ളവരാണ്. അതിനെല്ലാം തെളിവ് ഇന്ത്യാ ചരിത്രത്തിലുണ്ട്. ഹിന്ദുക്കൾ ദുർബല രായത് ആയിരം വർഷത്തെ വൈദേശീയ ഭരണത്തിന്റെ ഫലമാണ്. ഹിന്ദു രാഷ്ട്രത്തിന് അതിന്റെ മഹത്ത്വം തിരിച്ചുപിടിക്കണമെങ്കിൽ ഭൂതകാല ത്തിന്റെ സൈനികവൽക്കരിക്കപ്പെട്ട ചൈതന്യം പുനഃസ്ഥാപിക്കാൻ പോരാടണം.

ഇതിന്റെ ഫലം സൈനിക സങ്കല്പമുള്ള സംഘടനയുടെ സാക്ഷാൽ ക്കാരമായിരുന്നു. സൈനികവൽക്കരണത്തിന്റെ ചിഹ്നം നാം പിന്നീട് കണ്ടു: അമ്പും വില്ലുമേന്തിയ ശ്രീരാമനെ. സൈനികവൽക്കരിക്കുക എന്നാൽ അച്ചടക്കമുള്ള കേഡർമാരെ സൃഷ്ടിച്ച് പരിശീലനം നല്കി 'ധർമ്മം' അനുഷ്ഠിക്കാൻ പ്രാപ്തരാക്കുക എന്നാണല്ലോ? ഒരു സമാന്തര സൈന്യം അങ്ങനെ സംജാതമായി. ഹിന്ദു സമൂഹത്തിന്റെ വിഭിന്ന തല ങ്ങളിൽ വ്യാപരിക്കുന്ന ജനതതിയെ സമാഹരിച്ച് 'ധർമ്മം' ചെയ്യാൻ അവർ സന്നദ്ധരാക്കി. അതിന്റെ ഫലം തുടർന്നു കണ്ടു. 'ആക്രമണോ ത്സുകത' എന്നു പറയില്ല, 'ധർമ്മം' എന്നേ പറയൂ. ഭൂതകാലത്ത് ന്യൂന പക്ഷങ്ങൾ ചെയ്തു തീർത്ത 'കർമ്മ'ങ്ങൾക്ക്, 'ചരിത്രപരമായ കർമ്മ ങ്ങൾ'ക്ക് പരിഹാരം കണ്ടതാണ് 1992 ൽ ബാബറി മസ്ജിദിന് സംഭവി ച്ചത്. സകലവിധ മത തീവ്രവാദവും ശക്തി പ്രാപിക്കുന്നത് അങ്ങനെ നാം അറിയുന്നു.

സങ്കുചിതത്വത്തിന് എന്താണ് പ്രമാണം എന്നു മനസ്സിലാക്കാൻ ഗോൾ വാൾക്കറുടെ സാംസ്കാരിക ദേശീയ വാദം അറിഞ്ഞാൽ മതി.

"ഹിന്ദുസ്ഥാനിലെ അഹിന്ദുക്കൾ ഒന്നുകിൽ ഹിന്ദു സംസ്കാരവും ഭാഷയും സ്വീകരിക്കണം. ഹിന്ദുമതത്തെ ആദരിക്കാനും സ്നേഹിക്കാനും പഠിക്കണം. ഹിന്ദുമതത്തെയും സംസ്കാരത്തെയും പരിപോഷിപ്പിക്കാത്ത ഒരു ആശയത്തെയും പ്രോത്സാഹിപ്പിക്കരുത്. അവർ വിദേശികൾ അല്ലാ താകണം; അല്ലെങ്കിൽ ഒന്നും ആവശ്യപ്പെടാതെ, ഒരു ആനുകൂല്യത്തിനും അർഹതയില്ലാതെ, ഒരുവിധ പരിഗണനയ്ക്കും വിധേയമല്ലാതെ, പൗരാ വകാശം പോലുമില്ലാതെ പൂർണമായും ഹിന്ദുരാഷ്ട്രത്തിന് കീഴടങ്ങി ക്കൊണ്ട് ജീവിക്കണം."

സാംസ്കാരിക ചിഹ്നങ്ങൾ സൃഷ്ടിച്ചും അത് സ്വീകരിച്ചും അതിന് നിർവ്വഹണവ്യവസ്ഥ നിർദ്ദേശിച്ചും ഹിന്ദുത്വം പൂർണ്ണമായും ജനമനസ്സിൽ പ്രതിഷ്ഠിക്കാനാകില്ല. അതിന് വ്യക്തമായ പ്രതിനിധാനങ്ങളുണ്ടാകണം. അത്, ഇന്ന് ഇന്ത്യയിൽ സംഭവിച്ചുകൊണ്ടിരിക്കുന്നുണ്ട്. ബാബറി മസ്ജിദ് വെറും ചിഹ്നം മാത്രം.

രണ്ട്

സമകാലിക ഇന്ത്യയിൽ മതപരവും തീവ്രവാദപരവുമായ സംഘർഷാ ത്മക ഭൂമിക വളരെക്കാലമായി നിലവിലുണ്ട് എന്നത് അവിതർക്കിതമാ ണ്. വിഘടന വാദവും ഒപ്പമുണ്ട്. മതനിരപേക്ഷതയുള്ള ഒരു ജനാധിപ ത്യരാജ്യത്ത് സംഭവിക്കുന്നതല്ലാത്തത് ഇവിടെ സംഭവിക്കുന്നു. ഇന്ത്യ ഒരു മതരാജ്യമല്ല തന്നെ. ഇന്ത്യൻ ദാർശനികത മതാധിഷ്ഠിതവുമല്ല. പ്രായോഗികമായി സങ്കല്പങ്ങൾ മാറുന്നു. എന്നാൽ കുറേക്കാലങ്ങളായി ഇന്ത്യയിൽ മതവർഗീയതക്കെതിരായുള്ള യാന്ത്രിക പ്രതികരണമായി മത നിരപേക്ഷത എന്ന ആശയം ചുരുങ്ങി.

മതേതരത്വത്തെ വീക്ഷിക്കുന്നതിന്റെ വൈവിധ്യമാണത്. യൂറോപ്യൻ സങ്കല്പത്തിൽനിന്നും രൂപം കൊണ്ട സെക്യുലറിസത്തെ (Secularism.) യാണ് നാം പൊതുവെ മതേതരത്വം കൊണ്ടുദ്ദേശിക്കുന്നത്. Seaeculam (സിക്യുലം) എന്ന ലത്തീൻ പദത്തിന്റെ നിഷ്പത്തിയാണത്. മതേതര മായത് എന്നാണ് സങ്കല്പം. മതത്തിന്റെയോ മറ്റു വിശ്വാസത്തിന്റെയോ അടിസ്ഥാനത്തിലുള്ള വിവേചനത്തിനെതിരെയുള്ള തത്ത്വശാസ്ത്ര മാണത്.

പൂർവ്വകാല മതേതരത്വവും ആധുനികകാല മതേതരത്വവും അടി സ്ഥാനപരമായി സാമ്യതയുണ്ട്. സങ്കീർണ്ണവും വ്യതിരിക്തവുമായ പലതും അതിലുണ്ട്. ഇന്ന് അറിയപ്പെടുന്ന മതേതരത്വം മേൽ സൂചിപ്പിച്ചതു പോലെ പടിഞ്ഞാറിന്റെ മണ്ണിൽ പിറന്ന് വളർന്നതും പിളർന്നുതുമാണ്.

'മനുഷ്യന്റെ യുക്തിയിലും ഭാഷയിലും മതവും അതിഭൗതിക ശാസ്ത്രവും' നടത്തുന്ന സ്വാധീനത്തിലും നിയന്ത്രണത്തിലും നിന്നുള്ള മോചനം എന്ന രീതിയിലാണ് അതിനെ നിർവ്വചിച്ചത്. "സാംസ്കാരി കോദ്ഗ്രഥനത്തിന്റെ പ്രതീക്ഷകൾക്കുമേൽ മതം കൈ കടത്തുന്നത് തടയുക എന്നതാണ് അതിന്റെ ലക്ഷ്യം" (ഹാർവികോക്സ്: സെക്യുലർ സിറ്റി).

"സമൂഹത്തിലെ എല്ലാ തലത്തിലുമുള്ള ക്ഷണിക അംഗത്വം നീക്കം ചെയ്യുന്നു. അത് പൂർണ വളർച്ചയെത്തലും ഉത്തരവാദിത്വം ഏറ്റെടുക്കലു മാണ്. ആത്മീയവും ആത്മീയ ശാസ്ത്രപരവുമായ താങ്ങ് നീക്കം ചെയ്യു കയും മനുഷ്യനെ സ്വന്തം കാലിൽ (അസ്തിത്വം) നിൽക്കാനുള്ള കരുത്തു നൽകുകയുമാണ്" എന്ന് മതേതരത്വത്തെക്കുറിച്ച് ഹാർവി കോക്സ് പറയുന്നുണ്ട്.

ലു അയ് സെക്യുലറിസം എന്ന കൃതിയിൽ 'ഭരണകൂടം ഏതെങ്കിലും മതവിശ്വാസത്തെയോ പ്രത്യേക മതമൂല്യങ്ങളെയോ പ്രോത്സാഹിപ്പിക്കു കയോ ഭരണസ്വാതന്ത്ര്യം ഉപയോഗിച്ച് മതങ്ങളെ പീഡിപ്പിക്കുകയോ ചെയ്യില്ല എന്ന മുഖ്യലക്ഷ്യത്തോടെയുള്ള ഒരു കൂട്ടം ആശയങ്ങളെയും മൂല്യങ്ങളെയുമാണ് മതേതരത്വം എന്ന പദം സൂചിപ്പിക്കുന്നതെന്ന്' അഭിപ്രായപ്പെടുന്നു. പ്രകൃതിയെ മതകീയ അധിസ്വനത്തിൽനിന്ന്

മോചിപ്പിക്കലാണ് സെക്യുലറിസം എന്ന് ജർമ്മൻ സാമൂഹിക ശാസ്ത്ര ജ്ഞൻ മാക്സ് വെമ്പർ.

അതിന്ദ്രീയ ആശയത്തെ പ്രായോഗിക പരിജ്ഞാനത്തിൽ പരിമിത പ്പെടുത്തുകയും ധാർമ്മികവും അസ്തിത്വ സംബന്ധിയുമായ, അറിവു കൾക്കാധാരമായി പരിഗണിക്കുന്നതിനെതിരെ മതേതര ചിന്തകന്മാർ നിരന്തരം സമരം നടത്തിയിരുന്നു.

ദൈവാസ്തിത്വത്തെ നിഷേധിക്കുന്നവർ, ദൈവ വിശ്വാസികളെങ്കിലും മനുഷ്യന്റെ സാമൂഹിക ജീവിതത്തിൽ ദൈവത്തിന് യാതൊരു അധി കാരവുമില്ലെന്ന് പറയുന്നവർ, എല്ലാ മത വിശ്വാസങ്ങൾക്കും തുല്യ പ്രാധാന്യവും ആദരവും നല്കുന്നവർ ഇങ്ങനെ മൂന്നായി മതേതരവാദി കളെ നമുക്ക് തരം തിരിക്കാം.

മതവിശ്വാസികൾ അവരുടെ വിശ്വാസം രാഷ്ട്രീയഭരണത്തിലൊ രാഷ്ട്രീയ ഭരണകർത്താക്കൾ അവരുടെ അധികാരം മതവിശ്വാസത്തിലോ ഉപയോഗിക്കരുത് എന്നതാണ് മതേതരത്വവീക്ഷണത്തിന്റെ കാതൽ.

മതേതരത്വത്തെക്കുറിച്ചുള്ള രാഷ്ട്രീയ ദർശനം സമത്വവാദത്തിൽ അധി ഷ്ഠിതമാണ്. മനഃസാക്ഷിയുടെയും വിശ്വാസത്തിന്റെയും സ്വാതന്ത്ര്യവും നിയമത്തിന്റെ ഔന്നിത്യവും ഊന്നിപ്പറയുന്നു. രാഷ്ട്രീയസംവിധാനം വഴി ഭരണതലത്തിലുള്ളവർ അവരുടെ സങ്കുചിത വീക്ഷണങ്ങൾ മറ്റ് സമൂഹ ങ്ങളിൽ അടിച്ചേൽപ്പിക്കുന്നതും മതചിഹ്നങ്ങൾ ഉപയോഗിച്ച് സ്പർദ്ധ വളർത്തുന്നതും തടയുന്നതാണ്.

ഇതേ സങ്കല്പം തന്നെയാണ് ഇന്ത്യൻ രാഷ്ട്രീയസാമൂഹിക ചിന്ത കർക്കും ഭരണകർത്താക്കൾക്കും ഉണ്ടായിരുന്നതും ഉള്ളതും. ഈ സങ്കല്പം നിലനിർത്തിക്കൊണ്ടാണ് ഇന്ത്യ ഇന്നത്തെ ഇന്ത്യയായത്. എന്നാൽ മതവിശ്വാസവും രാഷ്ട്രീയവിശ്വാസവും കൂട്ടിക്കലർത്തി അധി കാരം കൈക്കലാക്കുക എന്ന സങ്കുചിതത്വത്തിന്റെ അനന്തരഫലം എന്താ യിരിക്കുമെന്ന് നാമിപ്പോൾ അറിഞ്ഞുകൊണ്ടിരിക്കുന്നു.

ഇന്ന്, മതപരമായ ഇടപെടൽ ഇന്ത്യൻ രാഷ്ട്രീയത്തിന്റെ സമസ്ത തലങ്ങളിലുമുണ്ട്. അധികാരം ഉപയോഗിച്ച് മത വിശ്വാസപരമായ നേട്ട ങ്ങൾ വ്യക്തിപരമായും വ്യക്തിക്കതീതമായും കൊയ്യുന്നത് നാമറിയു ന്നുണ്ട്. അധികാരവും മതവും തമ്മിൽ കോർത്തിണക്കിയ ഒരു മൂല്യ വ്യവസ്ഥയിലാണ് നാമിപ്പോൾ എത്തിനിൽക്കുന്നത്. എല്ലാ മതങ്ങളും അവർക്ക് സ്വാധീനം ചെലുത്താവുന്ന അധികാര ഇടങ്ങളിലെല്ലാം വ്യവ സ്ഥാപിതമായി പിടിമുറുക്കുന്നുണ്ട്.

ഹിന്ദുമത തത്ത്വങ്ങൾക്ക് പുതിയ അർത്ഥ സംഹിതകൾ രൂപപ്പെടു ത്താനുള്ള ശ്രമത്തിലാണ് അതിന്റെ വക്താക്കൾ. രാഷ്ട്രീയാധികാരം ഉപ യോഗിച്ച് മതസ്വത്വങ്ങളെ ഉറപ്പിക്കുന്നതും മതസ്വത്വവാദത്താൽ അധി കാരം ഉറപ്പിക്കുന്നതും ദൈനംദിന കാഴ്ചകളാണ്.

കാഷ്മീർ വിഷയത്തിലും രാമജന്മഭൂമി-ബാബറി മസ്ജിദ് വിഷയത്തിലും കൃത്യതയാർന്ന മതപര ഇടപെടൽ ഉണ്ടെന്ന തോന്നൽ ഇന്ത്യൻ ജനതയിൽ ഒരു വിഭാഗത്തിനുണ്ട്. ഏകശിലാരൂപത്തിലുള്ള മത, വർഗീയ ശാസനത്തിനു കീഴിൽ ഇന്ത്യൻ ജനതയെ കോർത്തെടുക്കാനുള്ള ബോധപൂർവ്വമായ ശ്രമങ്ങൾ നടക്കുന്നുണ്ടെന്ന് വിശ്വസിക്കുന്ന സമൂഹം ഇന്ത്യയിലുണ്ട്. അതിനുള്ള ശ്രമങ്ങൾ സംഘപരിവാർ നടത്തിക്കൊണ്ടിരിക്കുകയാണെന്ന് കേരളാ മുഖ്യമന്ത്രി പിണറായി വിജയൻ ഇന്ത്യൻ ഹിസ്റ്ററി കോൺഗ്രസ്സിന്റെ എഴുപത്തിയേഴാം സെഷനിൽ അഭിപ്രായപ്പെട്ടിരുന്നു.

മതേതരത്വ ജനാധിപത്യ സോഷ്യലിസ്റ്റ് റിപ്പബ്ലിക്കായ ഇന്ത്യയിൽ പൗരത്വ ഭേദഗതി ബില്ലുമായി ബന്ധപ്പെട്ടും വെല്ലുവിളികളുയരുന്നു. 1955-ലെ പൗരത്വ ബില്ലിന്റെ ഭേദഗതി ഇന്ത്യയിലും വിദേശത്തും ആരോഗ്യകരവും അനാരോഗ്യകരവുമായ സംവാദങ്ങൾക്ക് വഴി തുറന്നിരിക്കുകയാണ്. അതിന്റെ പ്രധാന കാരണം ഇന്ത്യയിലെ ന്യൂനപക്ഷ മതത്തെ അത് ലക്ഷ്യമാക്കുന്നു എന്ന ആരോപണമാണ്. ഇന്ത്യയുടെ അയൽരാജ്യമായ പാക്കിസ്താൻ, ബംഗ്ലാദേശ്, അഫ്ഗാനിസ്താൻ എന്നിവിടങ്ങളിൽ നിന്നുള്ള, അവിടത്തെ ന്യൂനപക്ഷ ജനസമൂഹമായ ഹിന്ദുക്കൾ, സിക്കുകാർ, ബുദ്ധമതക്കാർ, ജൈനന്മാർ, പാഴ്സികൾ, ക്രിസ്ത്യാനികൾ എന്നിവരുൾപ്പെട്ട ഇന്ത്യയിലെ കുടിയേറ്റക്കാർക്ക് ഇന്ത്യൻ പൗരത്വം ലഭ്യമാക്കുന്നതാണ് 1955-ലെ പൗരത്വ നിയമം. അത് ഭേദഗതി ചെയ്യുന്ന ബിൽ പാർലമെന്റിൽ അവതരിപ്പിച്ച് നിയമമാക്കിക്കഴിഞ്ഞു (The Citizenship (Amendment) Act 2019). അതു പ്രകാരം 2014 ഡിസംബർ 3നോ അതിനു മുമ്പോ ഇന്ത്യയിൽ പ്രവേശിച്ച ബംഗ്ലാദേശ്, പാക്കിസ്താൻ, അഫ്ഗാനിസ്താൻ എന്നിവിടങ്ങളിൽ നിന്ന് കുടിയേറിയ ന്യൂനപക്ഷ മതവിഭാഗങ്ങളിൽപ്പെട്ട ജനങ്ങളെ അനധികൃത കുടിയേറ്റക്കാരായി കരുതുന്നതിൽ നിന്നും ഈ നിയമംവഴി ഒഴിവാക്കുന്നു. ഇന്ത്യയിൽ താമസിക്കേണ്ടതിന്റെ കുറഞ്ഞ കാലാവധി പതിനൊന്നു വർഷം എന്നത് അഞ്ചു വർഷമായി ഈ നിയമം മൂലം കുറയ്ക്കുന്നു. ഭരണഘടനയുടെ ആറാം ഷെഡ്യൂളിൽ ഉൾപ്പെടുത്തിട്ടുള്ള ആസ്സാം, മേഘാലയ, മിസ്സറോം, ത്രിപുര എന്നീ ഗോത്രമേഖലകൾക്കും ലൈൻ പെർമിറ്റ് വഴി നിയന്ത്രിക്കുന്ന മേഖലകൾക്കും ബില്ലിലെ ഈ വ്യവസ്ഥകൾ ബാധകമായിരിക്കില്ല. കേന്ദ്ര സർക്കാർ അറിയിച്ച ഏതെങ്കിലും നിയമം ലംഘിച്ചാൽ ഓവർസീസ് സിറ്റിസൺ ഓഫ് ഇന്ത്യ (O C I) കാർഡു ഉടമകളുടെ റജിസ്ട്രേഷൻ റദ്ദാക്കാമെന്ന് നിയമം വ്യവസ്ഥ ചെയ്യുന്നു. (CAB, 2019 Bill Summary. PRS India. 9, ഡിസംബർ 2019)

ബില്ലിൽ മതപരമായ വിവേചനം ഉള്ളതായി മുസ്ലീം മതത്തിൽ പെട്ടവരും അല്ലാത്തവരുമായ പണ്ഡിതന്മാരും ചിന്തകരും അഭിപ്രായപ്പെടുന്നുണ്ട്.

മതപരമായ വിവേചനത്തിന്റെ പേരിലാണ് പ്രക്ഷോഭങ്ങൾ നടന്നു കൊണ്ടിരിക്കുന്നത്. ബാബറി മസ്ജിദ് ധ്വംസനം നടത്തിയവർ കുറ്റക്കാരാണെന്നു സുപ്രീം കോടതി കണ്ടെത്തിയിട്ടും അവർക്കുള്ള ശിക്ഷ വിധിക്കാത്തതും കേന്ദ്ര സർക്കാർ ആവശ്യമായ നടപടികളെടുക്കാത്തതും വിവേചനമല്ലേ എന്ന ചോദ്യവും ഈ പശ്ചാത്തലത്തിൽ ഉയരുന്നുണ്ട്. ബില്ലിനെ വിമർശിക്കുന്നവർ മതപരമായ വിവേചനം പൗരത്വ ബില്ലിന്റെ ഭേദഗതിയിലൂടെ നിയമവിധേയമാക്കുകയാണ് ചെയ്തതെന്നും വിശ്വസിക്കുന്നു.

പൗരത്വ ഭേദഗതി ബിൽ 2016 ജൂലൈ 19നാണ് ലോകസഭയിൽ അവതരിപ്പിക്കുന്നത്. 2016 ഓഗസ്റ്റ് 12ന് സംയുക്ത പാർലമെന്ററി കമ്മറ്റി (JPC)ക്ക് ബിൽ റഫർ ചെയ്തു. കമ്മറ്റി 2019 ജനവരി 7ന് റിപ്പോർട്ട് സമർപ്പിച്ചു. 2019 ജനവരി 8ന് ലോകസഭ ബിൽ പാസ്സാക്കി.

ലോകസഭ തിരഞ്ഞെടുപ്പിനു സമയമായപ്പോൾ സഭ പിരിച്ചുവിടുകയും അടുത്ത ലോകസഭയിൽ, 2019 ഡിസംബർ നാലിന് പൗരത്വ (ഭേദഗതി) ബിൽ കേന്ദ്ര മന്ത്രിസഭ അംഗീകരിക്കുകയും ചെയ്തു. ആഭ്യന്തര വകുപ്പു മന്ത്രി അമിത് ഷാ ഡിസംബർ ഒമ്പതിന് ലോകസഭയിൽ ബിൽ അവതരിപ്പിച്ചു. ഡിസംബർ 10ന് ലോകസഭ ബിൽ പാസ്സാക്കി. 311 എം.പി.മാർ പിന്തുണച്ചപ്പോൾ 80 പേർ എതിർത്തു വോട്ടു ചെയ്തു. 2019 ഡിസംബർ 11ന് രാജ്യസഭയും ബിൽ പാസ്സാക്കി. അനുകൂലമായി 125ഉം പ്രതികൂലമായി 99 രാജ്യസഭാ സാമാജികരും വോട്ടെടുപ്പിൽ പങ്കെടുത്തു. ജനതാദൾ (യുണൈറ്റഡ്), എ.ഐ.എ.ഡി.എം.കെ., ബിജു ജനതാദൾ, ടി.ഡി.പി, വൈ.എസ്.ആർ. കോൺഗ്രസ് എന്നീ കക്ഷികൾ ബി.ജെ.പി. മുന്നണിക്കൊപ്പം നിന്നു.

2014-ലെ ലോകസഭാ തിരഞ്ഞെടുപ്പിൽ ബംഗ്ലാദേശിൽ നിന്നും പാക്കിസ്ഥാനിൽ നിന്നുമുള്ള ഹിന്ദു അഭയാർത്ഥികൾക്ക് പൗരത്വം നല്കുമെന്നും അവരെ രാജ്യം സ്വീകരിക്കുമെന്നും ബി.ജെ.പി. വാഗ്ദാനം ചെയ്തിരുന്നു. 2019ലെ തിരഞ്ഞെടുപ്പിലും ബിൽ അവതരിപ്പിക്കുമെന്ന് ബി.ജെ.പി. ആവർത്തിച്ചു.

ബംഗ്ലാദേശിൽ നിന്നുള്ള കുടിയേറ്റക്കാരുടെ വരവോടെ വടക്കു കിഴക്കൻ സംസ്ഥാനങ്ങളിലെ ജനസംഖ്യാശാസ്ത്രം മാറുമെന്നായിരുന്നു അവിടത്തെ പ്രക്ഷോഭകരുടെ ആശങ്ക. നാഷണൽ റജിസ്ട്രർ ഓഫ് സിറ്റിസൺസ് (N.R.C.) ആസ്സാമിൽ 2019-ൽ പുതുക്കി പ്രസിദ്ധീകരിച്ചിരുന്നു. അതു പ്രകാരം പത്തൊമ്പതുലക്ഷം താമസക്കാർ പട്ടികയിലുണ്ടായിരുന്നില്ല. അവരിൽ ഭൂരിപക്ഷവും ഹിന്ദുക്കളായിരുന്നു. അതാണ് ഭേദഗതിക്ക് നിമിത്തമായതെന്ന് രാഷ്ട്രീയ നിരീക്ഷകർ വിലയിരുത്തുന്നു.

പ്രക്ഷോഭങ്ങളുടെയും പ്രതിഷേധങ്ങളുടെയും ഭാഗമായി ആസ്സാമിലും ബംഗാളിലും ഇന്റർനെറ്റ് സേവനങ്ങൾക്ക് നിയന്ത്രണമേർപ്പെടുത്തിയിരുന്നു. റെയിൽവേ സേവനവും അങ്ങനെത്തന്നെയായിരുന്നു.

(കാശ്മീരിലെ വിഷയത്തിലും ഇതു ചെയ്തിരുന്നു). പ്രതിഷേധം ശക്തമായപ്പോൾ ത്രിപുരയിലും ആസ്സാമിലും കർഫ്യു പ്രഖ്യാപിക്കുകയും സൈന്യത്തെ വിന്യസിക്കുകയും ചെയ്തു. പൊലീസുമായുള്ള ഏറ്റുമുട്ടലിൽ ആസ്സാമിലെ ഗുഹാത്തിയിൽ മരണമുണ്ടായി.

പൗരത്വ ഭേദഗതി ബില്ലിനെതിരെ ഇന്ത്യയിലെ സർവ്വകലാശാല, കോളേജ് ക്യാമ്പസുകൾ ശക്തമായ പ്രതിഷേധങ്ങളുടെ ഇടമായി. ദെൽഹിയിലെ ജാമിയ മിലിയ സർവ്വകലാശാലയിലുണ്ടായ അക്രമാസക്തമായ പ്രക്ഷോഭത്തെതുടർന്ന് വിദ്യാർത്ഥികൾക്കു നേരെയുണ്ടായ പൊലിസ് നടപടി വിവാദ വിഷയമായി. അതിന്റെ തരംഗങ്ങൾ ഇന്ത്യയിൽ മിക്കവാറും ഇടങ്ങളിലുണ്ടായി. അലിഗഡ് മുസ്ലീം സർവ്വകലാശാല, ഹൈദരാബാദ് മൗലാന ആസാദ് ഉർദു സർവ്വകലാശാല, ജവഹർലാൽ നെഹ്റു സർവ്വകലാശാല, ജാദവ്പൂർ സർവ്വകലാശാല, മുംബൈ ഐ.ഐ.ടി., പഞ്ചാബ് യൂണിവേഴ്സിറ്റി കോളെജ്, കേരളത്തിലെ കോളെജുകൾ തുടങ്ങിയവയിലും കേരളത്തിലെ പലയിടങ്ങളിലും പ്രതിഷേധങ്ങളുണ്ടായി. നിയമത്തിൽ പ്രതിഷേധിച്ച് മുതിർന്ന പത്രപ്രവർത്തകയും എഴുത്തുകാരിയുമായ ഷിറിൻദാൽവി തനിക്കു ലഭിച്ച സംസ്ഥാന സാഹിത്യ അക്കാദമി അവാർഡ് തിരികെ നല്കാൻ തീരുമാനിച്ചു.

സർക്കാരിനെ പിരിച്ചുവിട്ടാലും നിയമം ബംഗാളിൽ നടപ്പാക്കില്ല എന്ന് മുഖ്യമന്ത്രി മമതാ ബാനർജി പ്രഖ്യാപിച്ചു. കേരള സർക്കാരും ഇതേ നിലപാടെടുക്കുകയും സുപ്രീം കോടതിയിൽ ഹരജി നല്കുകയും ചെയ്തു. എന്നാൽ സർക്കാർ നിലപാടിൽ കേരള ഗവർണർ ആരിഫ് മുഹമ്മദ് ഖാൻ ശക്തമായി പ്രതിഷേധിച്ചു. 'പൗരത്വ നിയമ ഭേദഗതിക്കെതിരെ സുപ്രീം കോടതിയെ സമീപിക്കും മുമ്പ് എന്നെ അറിയിക്കേണ്ടതായിരുന്നു. സംസ്ഥാനത്തിന്റെ തലവൻ ഇക്കാര്യം മാധ്യമങ്ങളിലൂടെയല്ല അറിയേണ്ടത്. സംസ്ഥാനത്തിന് കോടതിയെ സമീപിക്കാമെന്നത് ശരി. പക്ഷേ, പ്രോട്ടോകോൾ അനുസരിച്ച് ഇക്കാര്യത്തിൽ അനുമതി ലഭിച്ചാലും ഇല്ലെങ്കിലും ആദ്യം ഗവർണറെ അറിയിക്കേണ്ടിയിരുന്നു.' ഗവർണർ പറഞ്ഞു. സർക്കാരിനു മുകളിൽ റെസിഡൻറില്ലെന്ന് ഇതിന്റെ പ്രതികരണമായി മുഖ്യമന്ത്രി പിണറായി വിജയൻ പറഞ്ഞു. 'പൗരത്വ നിയമ ഭേദഗതിക്കെതിരെ മന്ത്രിസഭ പ്രമേയം പാസ്സാക്കിയപ്പോൾ നിയമസഭയ്ക്ക് അതൊക്കെ ചെയ്യാൻ അധികാരമുണ്ടോ എന്ന് ചിലർ ചോദിച്ചിരുന്നു. അങ്ങനെയുള്ളവരോട് സൗമ്യമായി പറയാനുള്ളത് നമ്മൾ മഹത്തായി കാണുന്ന ഭരണഘടന ഒന്നു വായിക്കണമെന്നാണ്. ഇതിനെല്ലാമുള്ള വ്യവസ്ഥകൾ ആ പുസ്തകത്തിലുണ്ട്. അതൊന്നു വായിച്ചാൽ തീരാവുന്ന പ്രശ്നമേയുള്ളൂ.' അദ്ദേഹം പ്രതികരിച്ചു.

കേന്ദ്ര സർക്കാർ കൃത്യതയുള്ള ആസൂത്രിത നിലപാട് ഇക്കാര്യത്തിലെടുത്തു. ഇന്ത്യൻ പാർലമെന്റിൽ ഇതു സംബന്ധമായി നടന്ന ചർച്ചയിൽ, പാക്കിസ്ഥാനിലെയും ബംഗ്ലാദേശിലെയും മതന്യൂനപക്ഷ

ജനസംഖ്യയിൽ 20% കുറവുണ്ടായാൽ അത്തരമൊരു ബിൽ ആവശ്യ മാണെന്ന് ആഭ്യന്തര വകുപ്പു മന്ത്രി അമിത് ഷാ പറഞ്ഞു. (Citizenship (Amendment) Bill tabled in Rajyasabha: who said what. 11, December 2019). പിന്നീട് പത്രപ്രവർത്തകരോട് ലക്ഷക്കണക്കിന് ജനങ്ങൾക്ക് ഈ ബിൽ കൊണ്ട് ഗുണം ലഭിക്കുമെന്നും പറഞ്ഞു. (Damini Nath, After the heated debate, Rajya sabha cleares Citizenship (Amendment) Bill.

ഇന്ത്യൻ ഭരണഘടനയിലെ അനുച്ഛേദം (Article) 14, 15,21 എന്നിവയെ ബിൽ ലംഘിക്കുന്നില്ലെന്ന് ഇന്ത്യയുടെ മുൻ സോളിസിറ്റർ ജനറൽ ഹരീഷ് സാൽവെ പറഞ്ഞു (Harish Salve says CAB is pro- minorities does not violate Article 14, 15 or 21., The Free press Journal, Dec 11, 2019). അനുച്ഛേദം 15, 21 എന്നിവ ഇന്ത്യയിൽ താമസിക്കുന്നവർക്ക് മാത്രമേ ബാധകമാവൂ. ഇന്ത്യയിലേക്ക് പ്രവേശനം ആഗ്രഹിക്കുന്നവർക്ക് ബാധക മല്ല. ബിൽ മതേതരത്വത്തെ ലംഘിക്കുന്നില്ലെന്നും ഒരു പ്രത്യേക പ്രശ്നത്തെ അഭിസംബോധന ചെയ്യുന്നതിനായി രൂപകല്പന ചെയ്തിരി ക്കുന്ന വ്യവസ്ഥയാണിതെന്നും സാൽവേ പറയുന്നു.

വടക്കുകിഴക്കൻ സംസ്ഥാനങ്ങളിൽ നിന്നുള്ള ഭ്രരിപക്ഷം ലോക സഭാംഗങ്ങളും ബില്ലിനെ പിന്തുണച്ചിരുന്നു.

ഇന്ത്യൻ ശാസ്ത്രജ്ഞരും പണ്ഡിതന്മാരും ഉൾപ്പെട്ട ആയിരത്തി ലധികം ആളുകൾ പ്രതിഷേധ പ്രമേയത്തിൽ ഒപ്പുവെച്ചിരുന്നു. മരിച്ച വരുടെ രേഖകൾ അന്നത്തെ സർക്കാർ സൂക്ഷിക്കാൻ നിർദ്ദേശിക്കാതെ ഇന്നത്തെ തലമുറയോട് ചോദിക്കുന്നത് യുക്തിരഹിതമാണെന്നും 1971-നു മുമ്പുതന്നെ പാരമ്പര്യമായി ഇന്ത്യയിൽ താമസിക്കുന്ന കോടിയിലധികം ജനങ്ങൾ അന്നത്തെ രേഖയില്ലാത്തതിനാൽ അവരെ എങ്ങനെ വിദേ ശീയരാക്കും എന്നും അവർ ചോദിക്കുന്നു. ബിൽ ഇന്ത്യയുടെ മതേതര ഭരണഘടനയുടെ ലംഘനമാണെന്നു കണക്കാക്കണമെന്നും അവർ നിരീ ക്ഷിക്കുന്നു.

1985-ലെ ആസ്സാം കരാർ ലംഘിച്ചതിനാലും അവരുടെ സംസ്കാര ത്തിന് ഭീഷണിയായതിനാലും വടക്കുകിഴക്കൻ സംസ്ഥാനങ്ങളിലെ ജന ങ്ങൾ ബില്ലിനെ എതിർക്കുന്നു.

അന്താരാഷ്ട്ര മതസ്വാതന്ത്ര്യത്തിനുള്ള യു.എസ്. കമ്മീഷൻ (U .S.C. I. R. F) ബില്ലിനെ വിമർശിച്ചു. (U. S.C. I. R. F. Raises Serious concerns and Eyes Sanctions Recommendations for Citizen Ship (Amendment) Bill in India, which passed Lower House Today - United States Commission on International Religious Freedom.9 Dec. 2019) പൗരത്വ ഭേദഗതി നിയമം പാസ്സായാൽ ആഭ്യന്തര വകുപ്പു മന്ത്രി അമിത് ഷാ അടക്കമുള്ളവർക്ക് ഉപരോധം ഏർപ്പെടുത്തണമെന്ന് മതസ്വാതന്ത്ര്യ ത്തിനു വേണ്ടിയുള്ള യു.എസ്.കമ്മീഷൻ ആവശ്യപ്പെട്ടിരുന്നു. ഇതിനെ

ത്തുടർന്ന് വിദേശകാര്യ മന്ത്രാലയം ഇത്തരം വാദങ്ങളെ നിരാകരിച്ച് പ്രസ്താവന ഇറക്കി.

പൗരത്വ നിയമത്തിന്റെ സ്വഭാവത്തിൽ ഐക്യരാഷ്ട്രസഭ ആശങ്ക പ്രകടിപ്പിച്ചു. പ്രത്യാഘാതം സൂക്ഷ്മമായി വിലയിരുത്തുകയാണെന്ന് സെക്രട്ടറി ജനറലിന്റെ വക്താവ് ഫർഹാൻ ഹഖ് പറഞ്ഞു. അടിസ്ഥാന പരമായിത്തന്നെ ഇത് വിവേചനമാണെന്ന് ഐക്യരാഷ്ട്രസഭ മനുഷ്യാവ കാശ കമ്മീഷൻ അഭിപ്രായപ്പെട്ടു. (New Citizenship Law in India fundamentally discriminatory. UN Human Rights Office: UN News, news un.org., 13 dec.2019)

മത വിവേചനപരവും രാജ്യാന്തര സമൂഹത്തോട് ഇന്ത്യ നിയമപര മായി കാട്ടേണ്ട പ്രതിജ്ഞാബദ്ധതയുടെ ലംഘനവുമാണ് പുതിയ നിയമ മെന്ന് ഹ്യൂമൻ റൈറ്റ്സ്സ് വാച്ച് വക്താവ് മീനാക്ഷി ഗാംഗുലി പറഞ്ഞു. സംഭവങ്ങൾ നിരീക്ഷിച്ചു വരികയാണെന്ന് അമ്പത്തിയേഴ് മുസ്ലീം രാജ്യ ങ്ങളുടെ പൊതുവേദിയായ ഓർഗനൈസേഷൻ ഓഫ് ഇസ്ലാമിക് കോ-ഓപ്പറേഷൻ (O.I.C) വ്യക്തമാക്കി. പാക്കിസ്ഥാൻ പ്രധാനമന്ത്രി ഇമ്രാൻ ഖാനും നിയമത്തെ വിമർശിച്ചു. നിയമത്തിൽ പ്രതിഷേധിച്ച് ജപ്പാൻ പ്രധാന മന്ത്രി ഷിൻസെ അബെ ഇന്ത്യാ സന്ദർശനം ഉപേക്ഷിച്ചു. മതേ തര രാഷ്ട്രമെന്ന നിലയിൽ ഇന്ത്യയുടെ ചരിത്രപരമായ സ്വഭാവത്തെ ദുർ ബലപ്പെടുത്താനേ ബില്ലിനു കഴിയൂവെന്ന് ബംഗ്ലാദേശ് വിദേശകാര്യ വകുപ്പ് മന്ത്രി എ.കെ. അബ്ദുൾ മോമെൻ അഭിപ്രായപ്പെട്ടു.

ഇങ്ങനെയുള്ള സംഭവങ്ങൾ ഇന്ത്യാ രാജ്യത്ത സംഘർഭരിതമാക്കു മ്പോൾ നാം തിരിച്ചറിയേണ്ടതും പരിശോധിക്കേണ്ടതുമായ പ്രധാനമായ ചിലതുണ്ട്: ഇന്ത്യയുടെ ആഭ്യന്തര, അന്താരാഷ്ട്ര താല്പര്യങ്ങൾ.

ചരിത്രം നിർമ്മിക്കപ്പെട്ടത് നിർമ്മാതാക്കളുടെ താല്പര്യ സംരക്ഷ ണവുമായി ബന്ധപ്പെട്ടതാണെന്നതിന് ചരിത്രം തന്നെയാണ് അടയാളം. ബ്രിട്ടീഷുകാർ നിർമ്മിച്ച ചരിത്രം അവരുടെ ഭരണാധികാരികൾ ശ്രേഷ്ഠരും വിദഗ്ധരും കഴിവുറ്റവരും, അവരുടെ ഭരണകാലം സുവർണ്ണ വുമാണെന്നാണ് നാം കുറേക്കാലം പഠിച്ചത്; നാം തന്നെ അതെല്ലാം പഠിപ്പിക്കുകയും ചെയ്തു. അതേ തന്ത്രം തന്നെയാണ് പിന്നീട് ഇന്ത്യ ഭരിച്ചവരും പിന്തുടർന്നത്. സാധ്യമാകുന്ന ഇടങ്ങളിലെ വിദ്യാലയങ്ങളിൽ അങ്ങനെ തന്നെ പഠിപ്പിക്കുന്നു, ഇന്നും.

തങ്ങളുടെ താത്പര്യാർത്ഥം മത വർഗരാഷ്ട്രീയം പഠിപ്പിക്കുന്നതിൽ ഇന്ന് കൂടുതൽ സജീവത വന്നതായി കാണാം. മതപഠന ക്ലാസ്സുകൾ നടത്തുന്നപ്പോലെ തന്നെ വർഗീയ വിഷം പ്രസരിപ്പിക്കാനുള്ള ശ്രമം ചില യിടങ്ങളിൽ കണ്ടുവരുന്നു. ഹിന്ദു, ഇസ്ലാം, ക്രിസ്ത്യൻ മത വിഭാഗങ്ങൾ ഔദ്യോഗികമായും അനൗദ്യോഗികമായും അത്തരം പാഠാവലികളെ കൊണ്ടു നടക്കുന്നു. ഇന്ത്യയിൽ സംസ്ഥാന സർക്കാരിൽ സ്വാധീനമുള്ള സ്ഥലങ്ങളിൽ സംഘപരിവാർ നടത്തുന്ന വിദ്യാലയങ്ങളുണ്ട്. അവരുടെ

പാഠ്യപദ്ധതിയാണ് അവിടെ നടപ്പിലാക്കുന്നത്. ഇന്നത്തെ സാഹചര്യത്തിൽ എത്രത്തോളം ഒരു ബഹുസ്വര സമൂഹത്തിൽ ഗുണകരമാകും എന്ന പരിശോധന ആവശ്യമാണ്. മറ്റു മതങ്ങൾക്കുള്ളതുപോലെ പ്രസാധന സ്ഥാപനങ്ങളും അവർക്കുണ്ട്. ഭരണത്തിൽ സ്വാധീനം ചെലുത്താൻ കഴിയുന്നിടത്ത് അവർ അവരുടെ അജണ്ട നടപ്പിലാക്കുന്നു. പ്രസാധന സ്ഥാപനങ്ങളിലൊന്നായ സംസ്കാർ സൗരഭ് ഹൈന്ദവ ബോധം ഉണർത്തുന്നതിങ്ങനെയാണ്: "നാം ഹിന്ദുക്കളാണ്. ഹിന്ദുസ്ഥാൻ നമ്മുടേതാണ്. നാമാണ് അതിലെ യഥാർത്ഥ നിവാസികൾ. ആരംഭകാലം മുതൽ തന്നെ നാം ഇവിടെ ജീവിച്ചു വരുന്നു. നേരത്തെ നാം ഇതിനെ ആര്യാവർത്തമെന്നാണ് വിളിച്ചിരുന്നത്. ഇപ്പോൾ ഇത് ഭാരതമാണ്. ഭാരതത്തിലെ ജനങ്ങൾ ഭാരതത്തിന്റെ മക്കളാണ്."

ചരിത്രപരമായ തെളിവൊന്നുമില്ലാതെ വൈദേശീയർ സ്ഥാപിച്ചെടുത്തതുപോലെയുള്ള കല്പനകളാണിത്. ഇത് വിദ്യാലയങ്ങളിൽ പഠിപ്പിക്കുന്നുവെന്നതാണ് ഇന്ത്യാ രാജ്യത്തിന്റെ ദുരവസ്ഥ. ഹിന്ദു മതമൗലികവാദികൾക്ക് സ്വാധീനമുള്ളവർ സർക്കാർ കേന്ദ്ര ഭരണത്തിലെത്തുന്നതിനു മുമ്പുതന്നെ ഈ വിഷയം വിദ്യാലയങ്ങളിൽ ഉണ്ടായിരുന്നു.

അയോധ്യയിലെ ക്ഷേത്ര നിർമ്മാണത്തിനായി ശ്രമിച്ച രാജസ്ഥാനിലെ രണ്ട് കോത്താരി സഹോദരന്മാരുടെ രക്തസാക്ഷിത്വത്തെക്കുറിച്ച് പ്രതിപാദിക്കുന്നതിൽ കൗതുകവും അപകടവുമുണ്ട്. അഞ്ചാം ക്ലാസ്സിലെ കുട്ടികൾക്കുള്ള പാഠപുസ്തകത്തിൽ സംസ്കാർ സാരഭിലെ പാഠം നമ്പർ മൂന്നിൽ ഒന്നായി ചേർത്തിരിക്കുന്നത് 1990 ഒക്ടോബർ 30 ലെ കർസേവയെക്കുറിച്ചാണ്. അതിലാണ് കോത്താരി സഹോദരന്മാരുടെ കർസേവയെപ്പറ്റി പറയുന്നത്. അതിന്റെ തുടർച്ചയായി നാലു ചോദ്യങ്ങളുണ്ട്.

1. കർസേവ എന്നാൽ എന്ത്?
2. 1990 ഒക്ടോബർ 30 എന്തുകൊണ്ടാണ് ഓർമ്മിക്കപ്പെടുന്നത്?
3. രാമക്ഷേത്രം എവിടെയാണ് നിർമ്മിക്കപ്പെടുക?
4. കോത്താരി സഹോദരന്മാരുടെ രക്തസാക്ഷിത്വത്തെക്കുറിച്ച് സ്വന്തം വാക്കുകളിൽ വിവരിക്കുക.

ഇതൊരു ഉദാഹരണം മാത്രം. ആ പ്രായത്തിലുള്ള കുട്ടികളിൽ ഇതെത്രത്തോളം സ്വാധീനിക്കും എന്നറിയുക. സാംസ്കാരികമായി ജനമനസ്സിൽ ഇടപെടുന്നതിന്റെ സാക്ഷ്യങ്ങളാണിവ. മറ്റു മതവിഭാഗങ്ങളും ഇങ്ങനെയെല്ലാം അജണ്ടകൾ നടപ്പിലാക്കുമ്പോൾ മതേതരത്വം എന്ന സങ്കല്പം, സങ്കല്പമായി വാനിലെ നക്ഷത്രത്തോടൊപ്പം മിന്നി നില്ക്കും. ബഹുസ്വരതയാൽ നിർമ്മിക്കപ്പെടേണ്ട പൊതുസമൂഹം ഇങ്ങനെ ഏകശിലയിൽ വാർത്തതാകും.

കൊളോണിയൽ ഭരണസ്വാധീനം ഇതിലുണ്ടെന്നതിൽ തർക്കമില്ല.

സമകാല ജീവിതത്തിൽ ഇതുണ്ടാക്കുന്ന പ്രത്യാഘാതത്തെ കുറിച്ച് നാം ബോധവാന്മാരാകേണ്ടതുണ്ട്.

ഇങ്ങനെയൊരവസ്ഥയിലാണ് നാം മതേതരത്വത്തെക്കുറിച്ച് ചിന്തിക്കേണ്ടത്. മതേതരത്വം ഭരണഘടനയിൽ രേഖപ്പെടുത്തിയ ഒരു രാജ്യത്ത് അതിനെ സംബന്ധിച്ച് ഭരണാധികാരികൾക്ക് ചില സങ്കല്പങ്ങളുണ്ടാകണം. ജനാധിപത്യവും മതേതരത്വവും തമ്മിൽ ചില ബന്ധങ്ങളുണ്ട് എന്നു വിശ്വസിക്കുക മാത്രമല്ല, മതേതരത്വമില്ലെങ്കിൽ ജനാധിപത്യത്തിന് പ്രസക്തിയില്ലെന്നു കൂടി മനസ്സിലാക്കേണ്ടതുണ്ട്. അതിൽ പ്രധാനപ്പെട്ടതാണ് സഹിഷ്ണുത; മറ്റുള്ളവരെ ഉൾക്കൊള്ളാനുള്ള മനോഭാവം; മറ്റൊരാളെ കേൾക്കാനുള്ള മനശ്ശക്തി; ഒരു പൗരനുള്ള അവകാശങ്ങളും സ്വാതന്ത്ര്യവും വ്യവച്ഛേദിച്ചറിയാനുള്ള കഴിവ് ഇതെല്ലാം ഇല്ലെങ്കിൽ ജനാധിപത്യത്തിന്റെ അർത്ഥവും പ്രസക്തിയുമെന്ത്? ഇന്ത്യ ഒരു മതേതര ജനാധിപത്യ സോഷ്യലിസ്റ്റ് റിപ്പബ്ലിക് ആകണമെങ്കിൽ നാമിനിയും എത്ര ദൂരം സഞ്ചരിക്കണം? ജനിച്ചവന് ജീവിക്കാനുള്ള അവകാശമുണ്ടെന്ന് ഉറപ്പു വരുത്താതെ ജനാധിപത്യത്തെക്കുറിച്ച് ചിന്തിക്കുന്നതെങ്ങനെ?

ബുദ്ധദർശനം

ഒരു ബുദ്ധകഥയുണ്ട്, ഡോ.അംബേദ്കറുടെ സമ്പൂർണ്ണ കൃതികൾ വാല്യം 22ൽ.

രാജഗൃഹത്തിന്റെ തെക്കുഭാഗത്ത് ഏകദേശം ഇരുന്നൂറ് കാതം അകലെയായി ഒരു വലിയ പർവ്വതമുണ്ടായിരുന്നു. ആ പർവ്വതനിരയിലെ അഗാധവും ഏകാന്തവുമായൊരു മലമ്പാതവഴിയാണ് ദക്ഷിണേന്ത്യയിലേക്കുള്ള യാത്രക്കാർ സഞ്ചരിച്ചിരുന്നത്. അതിനുചുറ്റുമായി അഞ്ഞൂറോളം കള്ളന്മാർ താവളമടിച്ച് അതുവഴി കടന്നു പോയവരെയെല്ലാം കൊള്ളയടിക്കുകയും കൊല്ലുകയും ചെയ്തു പോന്നു. കള്ളന്മാരെ പിടികൂടാൻ രാജാവ് സൈന്യത്തെ അയച്ചെങ്കിലും അവർ രക്ഷപ്പെട്ടു.

അതിനു സമീപത്ത് താമസിക്കാനിടയായ ശ്രീബുദ്ധൻ ആ കള്ളന്മാരെക്കുറിച്ച് കേട്ടറിഞ്ഞു. സ്വന്തം പ്രവൃത്തിയുടെ ഗൗരവത്തെക്കുറിച്ച് ബോധമില്ലാത്ത അവർ ലോകത്തിന് ജ്ഞാനം പകരാനെത്തിയ തന്നെ കണ്ടിട്ടില്ലെന്നും തന്റെ സിദ്ധാന്തങ്ങൾ കേട്ടിട്ടില്ലെന്നും മനസ്സിലാക്കിയ ബുദ്ധൻ അവരുടെ അടുത്തേക്ക് ചെല്ലാൻ തീരുമാനിച്ചു. അതിനായി അദ്ദേഹം ഒരു ധനികന്റെ വേഷത്തിൽ, അലങ്കരിച്ച കുതിരപ്പുറത്തു കയറി, വാളും വില്ലും ധരിച്ച്, സ്വർണ്ണവും വെള്ളിയും രത്നങ്ങളും നിറച്ച സഞ്ചികളുമായി പുറപ്പെട്ടു. മലമ്പാതയിലെത്തിയപ്പോൾ കുതിര ഉറക്കെ കരഞ്ഞു. ആ ശബ്ദം കേട്ട് അഞ്ഞൂറ് കള്ളൻമാരും ഓടി വന്നു. "കൊള്ളാം, ഇന്നുവരെ ഇത്രയും നല്ലൊരു കോള് ഒത്തുവന്നിട്ടില്ല. ഇയാളെ പിടികൂടാം."

എന്നവർ പറഞ്ഞു. യാത്രക്കാരൻ രക്ഷപ്പെടാതിരിക്കാൻ അവർ അദ്ദേഹത്തെ വളഞ്ഞു.

പക്ഷേ, ആ മുഖത്തു നോക്കിയ നിമിഷം എല്ലാവരും നിലത്തു വീണു.. "ഏതു ദേവനാണിത്! എതു ദേവനാണിത്!" മറിഞ്ഞു വീഴുന്നതിനിടയിൽ അവർ അത്ഭുതം കൂറി. ഈ ലോകത്ത് സർവ്വവ്യാപിയായിട്ടുള്ള ദുഃഖം മൂലമുണ്ടാകുന്ന വേദനയുമായി താരതമ്യപ്പെടുത്തുമ്പോൾ അവർ സൃഷ്ടിക്കുന്ന വേദനയും ഉപദ്രവങ്ങളും എത്രയോ നിസ്സാരമാണെന്ന് യാത്രക്കാരൻ പറഞ്ഞു.

"അവിശ്വാസത്തിന്റെയും സംശയത്തിന്റെയും മുറിവുണക്കാൻ ധർമ്മശാസ്ത്രത്തിലെ മുറിവുകൾ കൊണ്ടേ കഴിയൂ." അദ്ദേഹം പറഞ്ഞു.

"ദുഃഖത്തെപോലെ വേദനാജനകമായ മറ്റൊരു മുറിവില്ല. വിഡ്ഢിത്തത്തെപോലെ മൂർച്ചയേറിയ മറ്റൊരസ്ത്രവുമില്ല. ധർമ്മബോധം മാത്രമാണ് ഇതിനൊരു പരിഹാരം. അതുമൂലം അന്ധനും കാഴ്ച ലഭിക്കും. മതിഭ്രമം പിടിപ്പെട്ടവന് ബോധമുണ്ടാവും. കണ്ണില്ലാത്തവർക്ക് കണ്ണായി ധർമ്മം വഴിക്കാട്ടും. അവിശ്വാസത്തെ ഉന്മൂലനം ചെയ്യും. ദുഃഖം ശമിപ്പിക്കും. സന്തോഷം പ്രദാനം ചെയ്യും. ധർമ്മത്തിനു കാതോർക്കുന്നവർക്ക് പുണ്യം സിദ്ധിക്കും. പരമജ്ഞാനം നേടിയവന്റെ, ലോകാരാധ്യന്റെ പ്രഖ്യാപനമാണിത്."

ഇതു കേട്ട കള്ളന്മാർ പശ്ചാത്തപിച്ചു. പാപപങ്കിലമായ ജീവിതചര്യ വെടിഞ്ഞ, അവരുടെ മനസ്സുകളിൽ നിന്നു തിന്മ മാഞ്ഞുപോയി. എല്ലാവരും ബുദ്ധശിഷ്യന്മാരായി, ശാന്തിയും സമാധാനവും കൈവരിച്ചു.

■

റഫറൻസ്

1. H.R. Neville in the Barabanki District Gazette, Lucknow, 1905. pp. 168-169.
2. Babari Masjid - Agony of Demolition Symbol of Resurgence, December 2007 - Deccan House, Benson Town, Bangalore 560 046.
3. ദിനപത്രങ്ങൾ
4. www.thehindu.com/news/national/article 2003448.ece
5. Ram Mandir Verdict : Supreme Court Verdict on Ram Janmabhoomi - Babari Masjid Case
6. ലിബർഹാൻ കമ്മീഷൻ റിപ്പോർട്ട്
7. For opposing views, see srivastavasashi/(1991) The Disputed Mosque: A Historical Inquiry. Vistaar Publications, p.67-97.
8. m.madhyam.com
9. malayalam.oneindia.com
10. mathrubhoomi.com
11. desabhimani.com
12. ഡോ.ബി.ആർ. അംബേദ്കർ സമ്പൂർണകൃതികൾ -വാല്യം 22
13. ഡോ. കെ.എൻ. പണിക്കർ: സെക്യുലർ പഠനങ്ങൾ

www.ingramcontent.com/pod-product-compliance
Lightning Source LLC
LaVergne TN
LVHW041626070526
838199LV00052B/3262
* 9 7 8 9 3 8 9 6 7 1 4 7 6 *